മരാസുരന്മാരെ കുറിച്ച്

Fr. Dr. ജോർജ്ജ് നെരേപറമ്പിൽ CMI

VAYANAPPURA

MARASURANMARE KURICHU

(memories)

by **Fr. Dr. George Nereparambil CMI**

Vayanappura Publications, Ernakulam
First published on: March 2021
Typesetting & layout: Vinosh Ponnurunni
Published by: Vayanappura Publications
Anathanam Studios, Old Railway Station
Cross Road, Ernakulam
Pin - 682018
mob: 9074188300
e-mail: vayanappuraeditorial@gmail.com

ISBN: 9788195122066

Fr. Dr. ജോർജ്ജ് നെരേപറമ്പിൽ CMI

1960 ജൂൺ 6-ന് ജനിച്ച ഫാ.ജോർജ്ജ് ഇരിങ്ങാലക്കുടയ്ക്കടുത്ത് ആനന്ദപുരം സ്വദേശിയാണ്. 1990-ൽ പൗരോഹിത്യം സ്വീകരിച്ചു. വൈദിക പഠന ബിരുദങ്ങൾ ബാംഗ്ലൂർ ധർമ്മാരാം വിദ്യാക്ഷേത്രത്തിൽ നിന്ന്. ഹിന്ദി സാഹിത്യത്തിൽ ബിരുദ പഠനങ്ങൾ മദ്ധ്യപ്രദേശിലെ ഹരിസിംഗ്ഗൗർ വിശ്വവിദ്യാലത്തിൽ നിന്ന്. ആഗ്ര സെൻട്രൽ ഹിന്ദി ഇൻസ്റ്റിറ്റ്യൂട്ടിൽ നിന്ന് ബി.എഡ്. ചെന്നൈ ദക്ഷിണ ഭാരത ഹിന്ദി പ്രചാർ സഭയിൽ നിന്ന് ഹിന്ദി സാഹിത്യത്തിൽ എം.ഫിൽ, പി.എച്ച്.ഡി.. തലോർ ദീപ്തി ഹയർസെക്കണ്ടറി സ്കൂളിൽ നിന്ന് ഹിന്ദി അദ്ധ്യാപകനായി റിട്ടയർ ചെയ്തു. ഇപ്പോൾ ഇരിങ്ങാലക്കുട ക്രൈസ്റ്റ് ആശ്രമാംഗമായിക്കൊണ്ട് ഇവിടെയുള്ള ക്രൈസ്റ്റ് കോളേജിലെ സെൽഫ് ഫൈനാൻസ് സെക്ഷനിൽ ഗസ്റ്റ് ലക്ചറർ തസ്തികയിൽ ഹിന്ദി പഠിപ്പിക്കുന്നു.

ഭക്തിഗാന രചനകളിലൂടെ പ്രസിദ്ധനാണ്. 'ചാവറചരിതം' കഥകളിക്ക് പദങ്ങൾ എഴുതിക്കൊണ്ട് കഥകളിപദങ്ങൾ രചിച്ച ആദ്യത്തെ വൈദികനായി. ബൈബിൾ വിഷയങ്ങളെ ആധാരമാക്കിക്കൊണ്ടുള്ള ശാസ്ത്രീയ നൃത്തങ്ങൾക്ക് 'നൃത്തഗീതിക' എന്ന പേരിൽ ഇറങ്ങിയിട്ടുള്ള മ്യൂസിക് ആൽബത്തിലും ജോർജ്ജച്ചന്റെ രചനകൾ ഉണ്ട്. ലേഖന കർത്താവാണ്. അറിയപ്പെടുന്ന ധ്യാനഗുരുവും, പ്രാസംഗികനുമാണ്.

കനീഷ്യസച്ചനെ കുറിച്ച്, ചാവറയച്ചന്റെ ഭക്തിസാധനയെ കുറിച്ച്, ചാവറയച്ചന്റെ ലഘുചരിത്രം എന്നീ പുസ്തകങ്ങൾ മലയാളത്തിലും, സ്കൂൾ ഹിന്ദി ഗ്രാമർ, ശിവമൂർത്തികൃത് കഹാനി സംഗ്രഹ് 'കേശർ കസ്തൂരി' മേം സാമാജിക് ചേതന എന്നിവ ഹിന്ദിയിലും രചിച്ചിട്ടുണ്ട്. വളരെ വർഷങ്ങൾ കേരള സർക്കാരിന്റെ ഹിന്ദി അദ്ധ്യാപകർക്കുള്ള പരിശീലന പരിപാടികളിൽ റിസോഴ്സ് പേഴ്സണൽ ആയിരുന്നു. സംസ്ഥാന ഗവൺമെന്റിന്റെ അദ്ധ്യാപകർക്കായുള്ള 'ഗുരുശ്രേഷ്ഠ' പുരസ്കാരം ലഭിച്ചിട്ടുണ്ട്. അനേകം അപൂർവ്വങ്ങളായ വൃക്ഷങ്ങളും സസ്യങ്ങളും നട്ടുവളർത്തി പരിപാലിക്കുന്ന പ്രകൃതിസംരക്ഷക തൽപരനുമാണ് ജോർജ്ജച്ചൻ.

വിലാസം :

ഫാ.ജോർജ്ജ് നെരേപറമ്പിൽ,
ക്രൈസ്റ്റ് ആശ്രമം,
ഇരിങ്ങാലക്കുട നോർത്ത് പി.ഒ,
തൃശ്ശൂർ, 680125
Mob : 8156866080
email: georgachan@gmail.com

നന്ദിയോടെ...

'മരാസുരന്മാരെ കുറിച്ച്' എന്നുള്ള എന്റെ ഈ ചെറുപുസ്തകം എന്നിലുള്ള വൃക്ഷസ്നേഹത്തോട് കൂട്ടിയിണക്കിക്കൊണ്ടുള്ള എന്റെ ജീവിതാനുഭവങ്ങളിലേയ്ക്കുള്ള ഒരു എത്തിനോട്ടമാണ്. ബൈബിളിന്റെ ആരംഭത്തിലുള്ള 'ഉൽപത്തി' പുസ്തകത്തിൽ ദൈവം മനുഷ്യനെ സൃഷ്ടിച്ച് ഏദനിലുള്ള ഒരു തോട്ടത്തിൽ പാർപ്പിച്ചു എന്ന് പ്രതിപാദിച്ചിരിക്കുന്നു. ഈ തോട്ടത്തിന് ഗ്രീക്ക് ഭാഷയിൽ 'പറുദീസ' എന്നാണ് പേര്. 'പറുദീസ' എന്ന പദത്തിൽ ദൈവത്തോടുള്ള മനുഷ്യന്റെ സഹവർത്തിത്വം, മാലിന്യരഹിതമായ മനുഷ്യവാസ ഇടം, പ്രപഞ്ചത്തിലെ മനുഷ്യരും ജീവജാലങ്ങളുമായിട്ടുള്ള സന്തോഷത്തോടെയുള്ള കൂട്ടായ്മ, പ്രകൃതിയോടുള്ള നിരന്തരമായ കരുതൽ തുടങ്ങിയ അർത്ഥാംശങ്ങൾ ഉൾപ്പെട്ടിരിക്കുന്നു. ജീവിക്കുന്ന ഇടങ്ങളെ ഇത്തരത്തിലുള്ള പറുദീസ ആക്കുക എന്നതാണ് മാനവധർമ്മം. പ്രാണവായു പ്രദാനം ചെയ്യുന്ന വൃക്ഷങ്ങളെ വൃഥാ വെട്ടി നശിപ്പിക്കുന്നത് പറുദീസ പാർക്കലിന് അത്യന്തം ആപൽക്കരമാണ്. ഒപ്പം, സഹജരുടെ ന്യായമായ സ്വാതന്ത്ര്യങ്ങളിൽ വിഘ്നങ്ങൾ വരുത്തുന്നതും വിനാശകരമാണ്. സ്വയമേവ തിരഞ്ഞെടുക്കുന്ന നിർവൃതിയുടേയും, പരാർത്ഥതയുടേയും പ്രാണവായു നിറഞ്ഞ ആത്മീയ സാധകരുടെ സഞ്ചാരപഥങ്ങളിൽ സ്വാർത്ഥതയുടെ വിഷവിത്ത് പാകി അന്തകഫലങ്ങൾ ഉത്പാദിപ്പിച്ചെടുക്കുന്നത് അപകടകരവും അന്യായവുമാണ്. ഇത്തരം സാർവ്വത്രിക ആദർശങ്ങളെ കുറിച്ച് എന്റേതായ ജീവിതാനുഭവങ്ങൾ ചെറുതായി ഞാൻ ഈ പുസ്തകത്തിൽ സൂചിപ്പിച്ചിട്ടുണ്ട്. ഇതിലെ അനുഭവങ്ങളുടെ വർണ്ണനകൾ ഞാനുമായി മാത്രമല്ല; വളരെയധികം പേരുമായി ബന്ധപ്പെട്ടിട്ടുള്ളതാണ് എന്നത് ചരിത്രപരമാർത്ഥമാണെന്ന് സ്പഷ്ടം. ശ്രദ്ധിക്കാനും, മനസ്സിലാക്കാനും, വിലയിരുത്താനും, തിരുത്താനും ഇതിലെ പരാമർശങ്ങൾ പ്രയോജനകരമാകട്ടെ എന്ന് ആശിക്കുന്നു.

ഈ പുസ്തകരചനയിൽ സഹായിച്ച എല്ലാവർക്കും, ഏറ്റവും പ്രത്യേകമായി ഇതിന്റെ പ്രസിദ്ധീകരണം ഏറ്റെടുത്ത 'വായനപ്പുര പബ്ലിക്കേഷൻ' സാരഥികൾക്കും വളരെ പ്രത്യേകം നന്ദി. അപാകതകളും, അപൂർണ്ണതകളും പൊറുക്കമാറാകണം.

ഫാ. ജോർജ്ജ് നെരേപറമ്പിൽ

പ്രസാധക കുറിപ്പ്

വേറിട്ട വഴികളിൽ വിനാശകാരികളായ മരാസുരന്മാരെ നമുക്ക് ദർശിക്കാം. ദൈവം വിലക്കിയ കനി ഭക്ഷിക്കുവാൻ ഹവ്വായെ പ്രേരിപ്പിച്ച നാഗരൂപിയായ ആദി മരാസുരൻ. കലിതുള്ളിയെത്തി തെക്കേമുറ്റത്തെ കടുമാവിൻ കടയ്ക്കൽ വാക്കത്തി വച്ച മരാസുരൻ. കടം കൊടുത്ത കാശിനു പകരം മയിൽപീലി മാവും, ചകിരിമാവും, നാട്ടുമാവും ബലിയാടാക്കിയ മരാസുരൻ. തേക്കിൻ തൈ വെട്ടി ആനന്ദം കണ്ടെത്തിയ മരാസുരൻ. വളരെ പ്രയാസപ്പെട്ട് സംഘടിപ്പിച്ച് സംരക്ഷിച്ച ഏഴിലംപാല തൈ വെട്ടിയെടുത്ത് ക്രിസ്തുമസ് ട്രീ ഉണ്ടാക്കിയ മരാസുരൻ. പ്ലാവമ്മയെ നഖശിഖാന്തം നശിപ്പിച്ച മരാസുരൻ. പിന്നെ വിൻസെൻസിയോസ് എന്ന മർക്കടമുഷ്ടിക്കാരനായ മരാസുരൻ. മരാസുരന്മാർക്ക് സംഹാര താണ്ഡവമാടുവാൻ ഒത്താശകളും ഒളിച്ചുകളികളുമായി അണിയറയിൽ അണികളും, അധികാര കോമരങ്ങളും. ഇങ്ങനെ ആഭാസന്മാരായ അസുരന്മാരുടെ നിര നീളുമ്പോൾ ഇരകളാക്കപ്പെടുന്നവരുടെ നിലയ്ക്കാത്ത വിലാപങ്ങൾ വെറും വനരോദനങ്ങളായി പരിണമിച്ചുകൊണ്ട് ജീവദിഗന്തങ്ങളിൽ അല്പായുസ്സ് മാത്രമുള്ള അലകളായി അവഗണനയിൽ അലിഞ്ഞടങ്ങുന്നു.

വഴിയരുകിൽ തണൽ വൃക്ഷങ്ങൾ വച്ചു പിടിപ്പിക്കുന്ന പാവനമായ സമ്പ്രദായം ആരംഭിച്ച അശോക ചക്രവർത്തിയാകാൻ, 'നിന്നിലുള്ള വെളിച്ചം ഇരുളാകാതിരിക്കാൻ സൂക്ഷിച്ചുകൊള്ളുക' എന്നരുൾ ചെയ്ത യേശു വചനം ഉൾകൊള്ളാൻ, നമ്മിലേക്ക് ഒന്നെത്തി നോക്കാൻ, വായനപ്പുര പബ്ലിക്കേഷൻസ് അഭിമാനപൂർവം തുറന്നു തരുകയാണീ വായനയുടെ വാതായനം 'മരാസുരന്മാരെ കുറിച്ച്'.

സ്നേഹപൂർവം,

പോൾസൺ തേങ്ങാപ്പുരയ്ക്കൽ

ഉള്ളടക്കം

അദ്ധ്യായം - 1

മരാസുര വംശം

അസുരന്മാർ അനവധിയുണ്ട്. കാലചക്രം തിരിയുമ്പോൾ ഇട ങ്കോൽ ഇട്ട് തടസ്സം ഉണ്ടാക്കുന്നവരെയാണ് അസുരന്മാരായി മന സ്സിലാക്കപ്പെടുന്നത്. മഹാബലി അസുര രാജാവായിരുന്നു. പക്ഷേ, മഹാബലിയുടെ കാലത്ത് അസുരന്മാർ ദേവന്മാരുടെ ഗണത്തിൽ പെട്ടവരായിരുന്നു. മഹാബലിക്കു ശേഷം ദേവഗണത്തിൽ പെട്ടി രുന്ന അസുരന്മാർ മറ്റുള്ള ദേവന്മാരെ ഉപദ്രവിക്കുവാൻ തുടങ്ങി. വായയിൽ കോലിട്ട് ഇളക്കിയാൽ സ്വരക്ഷാർത്ഥം കടിക്കാത്ത നാ യയും കടിക്കും. അസുരന്മാരുടെ തൊഴുത്തിൽകുത്ത് സഹിക്കാതെ വന്നപ്പോൾ ദേവന്മാർ അവരെ തങ്ങളുടെ കൂട്ടത്തിൽ നിന്ന് പുറ ത്താക്കി. കയ്യൂക്കുള്ളവർ കാര്യക്കാർ ആയാലും, സംഘടിച്ചുള്ള ചെറുത്തു നിൽപ്പ് മറികടക്കുവാൻ മാർഗ്ഗങ്ങൾ ഇല്ലാതെ വരും.

ദൈവം സൃഷ്ടിച്ച മാലാഖമാർ മനോഹരമായി ഒത്തൊരുമയിൽ ജീവിച്ചിരുന്ന ഒരു കാലം ഉണ്ടായിരുന്നു. പക്ഷേ, അത് നീണ്ടു നി ന്നില്ല. ഉൾപ്പോരും, അഹങ്കാരവും, മത്സര ബുദ്ധിയും മാലാഖമാരുടെ ഇടയിൽ ഭിന്നിപ്പ് ഉണ്ടാക്കി. ഭിന്നിപ്പിന് കാരണക്കാരായവരെ ദൈ വം ആട്ടിപ്പായിച്ചു. അവർക്ക് മാലാഖത്വം നഷ്ടപ്പെട്ടു. അവരാണ് പിശാചുക്കളായി മാറിയത്. ലൂസിഫർ, ബേൽസുബേബ്, ലെഗി യോൺ തുടങ്ങിയ ബൈബിൾ കഥാപാത്രങ്ങൾ പിശാചുക്കളായി മാറിയ മാലാഖമാരാണ്.

ഈ കാലഘട്ടത്തിന്റെ ഏറ്റവും വലിയ വിനാശകരമായ പ്രത്യേ കത ഉൾപ്പോര് ഉണ്ടാക്കുന്നവരാണ് വാഴുന്നവർ എന്നുള്ളതാണ്. ഉൾപ്പോര് മെനഞ്ഞെടുക്കുന്നവർ അവരവരുടെ കുറുവാടുകൾക്ക് അനുസരിച്ച് കൂട്ടുകാരെ സംഘടിപ്പിച്ച് ശക്തി പ്രാപിക്കുന്നു, അധി കാരം കയ്യടക്കുന്നു, അണികളെ സൃഷ്ടിക്കുന്നു. ഇവരുടെ കൂടെ നിന്നില്ലെങ്കിൽ ഭാവി അപകടത്തിലാവും എന്ന് കരുതി ഇവർക്ക് ജീവിതവും അന്തസ്സും ദക്ഷിണ വെച്ച് ശിക്ഷ്യത്വം സ്വീകരിക്കുന്ന

അടിമ മനോഭാവക്കാരെ ഇന്ന് എവിടെയും കാണാം. ഒരു ഞെരിഞ്ഞിലിന്റെ കൂടെ നിന്നാൽ ഞെരിഞ്ഞമരും; അന്തസ്സിലും, ആഭിജാത്യത്തിലും തുളകൾ ഉണ്ടാകും. ഇങ്ങനെയൊക്കെ ആണെങ്കിലും, ഞെരിഞ്ഞിൽ വാഴുന്നവനും വീണ്ടും വാഴുന്നവനും, ഇനിയും വാഴ്ച സിംഹാസനങ്ങളിൽ പ്രതിഷ്ഠിക്കപ്പെടുവാൻ സാധ്യത ഉള്ളവനും ആകുന്നതുകൊണ്ട് കൂടെ നിന്നാൽ രക്ഷ ഉണ്ടെന്ന് വ്യാമോഹിച്ച് പലരും ഞെരിഞ്ഞിൽ മായാവലയത്തിൽ അകപ്പെട്ടു നടക്കുന്നു. ഉൾപ്പോരുണ്ടാക്കിയ മാലാഖമാരെ ആട്ടിപ്പായിച്ച് സ്വർഗ്ഗം ശുദ്ധമാക്കിയ ദൈവീക ചൈതന്യം നഷ്ടപ്പെട്ടവർ അനുസരണം ബലിയേക്കാൾ ശ്രേഷ്ഠമാണെന്ന് മറ്റുള്ളവരുടെ മേൽ വെച്ചു കെട്ടി ഞെരിഞ്ഞിലിനെ തഴച്ചു വളരുവാൻ വളവും നനജലവും നൽകുന്നു. മനുഷ്യത്വം നഷ്ടപ്പെട്ട ഇത്തരം അസുരരൂപങ്ങളാണ് അധികവും ഇന്ന് അധികാര കസേരകളിൽ.

അസുരന്മാരും, പിശാചുക്കളും, ദുർഭൂതങ്ങളും ഒക്കെ ഒരേ വർഗ്ഗത്തിൽ പെട്ടവർ തന്നെയാണ്. നിത്യേന നാം ഇവരെ കണ്ടുമുട്ടുന്നുണ്ട്. അടിച്ചമർത്തുന്നവർ, അവഗണിക്കുന്നവർ, പാര വെയ്ക്കുന്നവർ, പരിഹസിക്കുന്നവർ, അലസന്മാർ, ഉത്തരവാദിത്വം ഇല്ലാത്തവർ, കൃത്യനിഷ്ഠ കാണിക്കാത്തവർ, കാമഭ്രാന്തർ, അതിഭോജനക്കാർ, മാതാപിതാക്കളെ പരിപാലിക്കാത്തവർ, സഹോദരങ്ങളുടെ സ്വത്ത് തട്ടിയെടുക്കുന്നവർ ഇങ്ങനെ പോകുന്നു നമ്മുടെ കൂടെയുള്ള അസുര ജീവികൾ. നമ്മുടെ ജീവിതത്തെ സംഘർഷത്തിലാക്കുവാൻ കാരണക്കാരായ നമുക്ക് അറിയാത്തവരെയും ഈ ഗണത്തിലേക്ക് ചേർക്കാവുന്നതാണ്.

ആരും അധികം ശ്രദ്ധിക്കാത്ത ഒരു അസുര വംശം ഉണ്ട്. അതാണ് മരാസുരന്മാരുടെ വംശം. മരം വരമാണ്. മനുഷ്യന് ദൈവം അറിഞ്ഞു നൽകിയ വരദാനമാണ് മരങ്ങളുടെ സാന്നിധ്യവും, അസ്തിത്വവും. ചക്ക, മാങ്ങ, തേങ്ങ തുടങ്ങിയവയൊക്കെ മനുഷ്യന് നൽകുന്ന മരങ്ങളെ ദൈവത്തിന്റെ വരദാനങ്ങൾ എന്നല്ലാതെ മറ്റെന്താണ് വിളിക്കുക? തണൽ വൃക്ഷങ്ങളും, പൂമരങ്ങളും, കുന്തിരിക്ക മരവും, പാൽ ചുരത്തുന്ന റബ്ബർ മരവും ഒക്കെ ഈ വരദാന വർഗ്ഗത്തിൽ ഉള്ളവ തന്നെയാണ്. വരദാനങ്ങളായ മരങ്ങളെ നശിപ്പിക്കുന്നവരാണ് മരാസുരന്മാർ. മുൻമ്പൊക്കെ അവിടെയും ഇവിടെയും കാണുന്ന അപൂർവ്വ അസുരജീവികളായിരുന്നു ഇവർ. എന്നാൽ ഇന്ന് അവർ ശക്തി പ്രാപിച്ച് വംശങ്ങളും ഉപവംശങ്ങളുമായി മാറികൊണ്ടിരിക്കുന്നു.

⁂ ⁂ ⁂ ⁂ ⁂

അദ്ധ്യായം - 2

ആദി മരാസുരൻ

മയിലുകൾ ആടുകയും കുയിലുകൾ പാടുകയും ചെയ്യുന്ന മനോഹരമായ ഒരു തോട്ടം. അത് ഒരു പൂങ്കാവനം മാത്രമായിരുന്നില്ല, ഒരു ഭൂപ്രദേശം തന്നെയായിരുന്നു. ഏദൻ എന്നു പേരുള്ള ഈ ഭൂഭാഗത്താണ് മനുഷ്യൻ ആദ്യമായി തന്റെ ആവാസം ആരംഭിച്ചത്. അവിടെ എല്ലായിടത്തും മുല്ലമലരുകളുടെയും, പാരിജാതപൂക്കളുടെയും, ചെമ്പക പുഷ്പങ്ങളുടെയും സുഗന്ധം നിറഞ്ഞുനിന്നു. അരിപ്രാവുകളും, അമ്പലപ്രാവുകളും, മാടതത്തയും, കുരുവികളും യഥേഷ്ടം വിഹരിച്ച് അവിടെ സ്വരം ഉണ്ടാക്കികൊണ്ടിരുന്നു. ഇത്തിത്താൻ കിളി അങ്ങോട്ടുമിങ്ങോട്ടും പറന്ന് അതിനുമാത്രം ഉണ്ടാക്കുവാൻ സാധിക്കുന്ന മധുരസ്വരം മുഴക്കികൊണ്ടിരുന്നു. കാക്കയ്ക്ക് വിരുന്നു വിളിക്കലായിരുന്നു പ്രധാന ജോലി. വിരുന്നുകാരൻ ദൈവം ആയിരുന്നു. ഞങ്ങളെയൊക്കെ സൃഷ്ടിച്ച് ഇത്തരം സുഖസൗകര്യങ്ങളോടെ താമസിക്കുവാൻ ഇടം തന്ന ഉടയവനേ, ഞങ്ങളെ ഒന്നുകാണുവാനായി വിരുന്നു വാ എന്ന് കാക്ക വിളിച്ചുകൊണ്ടിരുന്നു. വേഴാമ്പലുകൾ നീണ്ട ദൃഢമായ കൊക്കുകൾ എപ്പോഴും ഉയർത്തിപ്പിടിച്ച് അവിടെ പറന്നിരുന്നു. തേൻകിളിയുടെ കാതിൽ കാക്കത്തമ്പുരാട്ടി രഹസ്യം പറഞ്ഞു: "വേഴാമ്പലുകൾ പുതുമഴ പെയ്യുമ്പോൾ ആകാശത്തുനിന്ന് ആദ്യം വീഴുന്ന മഴത്തുള്ളി മാത്രമാണ് കുടിക്കുക. മറ്റൊരു ജലവും അവർ കുടിക്കില്ല എന്ന് നിനക്ക് അറിയാമോ? നിന്നെപ്പോലെ കാണുന്ന പൂവിലൊക്കെ കൊക്ക് കയറ്റി തേൻ കുടിക്കുന്ന സ്വഭാവക്കാരല്ല വേഴാമ്പലുകൾ." തേൻകിളിയുടെ കണ്ണ് കുലച്ചുനിൽക്കുന്ന കദളിവാഴ കുലയിലായിരുന്നു. കാക്കത്തമ്പുരാട്ടിയുടെ പരജ്ഞാനത്തിന് ചെവികൊടുത്തത് മതിയാക്കി അവൾ കദളിവാഴ പൂങ്കുലയിലെ തേനുണ്ണാൻ പറന്നുപോയി.

മൂത്തതും, പഴുത്തതുമായ വേറെയും ധാരാളം വാഴക്കുലകൾ ഏദൻതോട്ടത്തിൽ ഉണ്ടായിരുന്നു. പൂത്താൻകീരി കിളികളും, കമ്പികിളികളും കായപടലകൾക്കിടയിൽ നാരുകൊണ്ട് വട്ടകുട്ട ആകൃതിയിൽ കൂടുണ്ടാക്കുന്നുണ്ടായിരുന്നു. "വിത്തു കൈക്കോട്ടും... ചക്കയ്ക്കുപ്പുണ്ടോ?...അച്ഛൻ കൊമ്പത്ത്...അമ്മ വരമ്പത്ത്...എന്ന് കണിക്കൊന്നകളുടെ കൊമ്പുകൾക്കിടയിൽ ഒളിച്ചിരുന്നുകൊണ്ട് വിഷുപക്ഷികൾ കൂവിക്കൊണ്ടിരുന്നു. വിഷുപക്ഷികളും, കൂ...കൂ... എന്ന് മധുരനാദം പുറപ്പെടുവിക്കുന്ന കുയിലുകളും ഒരേ വർഗ്ഗത്തിൽ പെട്ടവരാണെങ്കിലും, അവ രണ്ടും രണ്ടും വ്യത്യസ്ത ജാതിക്കാരാണ്. നിറത്തിൽ സമാനത ഉണ്ടെങ്കിലും, വെള്ളിപുള്ളികളോട് കൂടിയതാണ് പെൺകുയിൽ. ആൺകുയിലാണ് കൂ...കൂ...എന്ന് നീട്ടിപാടുന്നത്. കുയിൽ സ്വരം എന്നൊക്കെ നാം പറയുന്നത് ആൺകുയിലിന്റെ സ്വരത്തിനാണ്. പെൺകുയിൽ മരക്കമ്പിൽ ഇരുന്ന് അതിന്മേൽ പടർന്നിട്ടുള്ള കുരുമുളക് വള്ളിയിൽ നിന്ന് പഴുത്ത മുളക് മണികൾ കൊത്തി വിഴുങ്ങികൊണ്ടിരിക്കുന്നു.

ഗന്ധർവ്വ സുഗന്ധം പൊഴിക്കുന്ന ഒരു കൂറ്റൻ ലാങ്കി മരത്തിലിരുന്ന് നെടുലാൻ മൂങ്ങ 'പൂവാ...പൂവാ...' എന്ന് മാടി വിളിക്കുന്നുണ്ട്. മൈന നെടുലാനോട് പറഞ്ഞു: ''നീ പഴുത്ത ലാങ്കി കായ്കൾ തിന്നുതിന്ന് രസം പിടിച്ച് സ്വരം ഉണ്ടാക്കുന്നു. കുറുക്കനും, നീയും ഒരുപോലെ. വയറു നിറഞ്ഞാൽ സ്ഥലകാല ബോധം ഇല്ലാതെ സ്വരമുണ്ടാക്കും. വെറുതെയല്ല, നിന്നെ കാലൻകോഴി എന്ന് വിളിക്കുന്നത്. മറ്റുള്ളവർക്ക് അപസ്വരത്തിലൂടെ അസ്വാരസ്യം സൃഷ്ടിച്ച് കാലക്കേട് ഉണ്ടാക്കുന്ന നിനക്ക് കിട്ടിയ കുറ്റപേര് തീർത്തും ചേർന്നതു തന്നെ." ക്ലീ...ക്ലീ...ക്രൂ...ക്രൂ...നെടുലാൻ മൂങ്ങ തിരിഞ്ഞു നോക്കി. അതാ, താഴെ ഒരു മൈന. നെടുലാൻ കിടുകിടെ ചിരിച്ചു. ട്രൂ...ട്രൂ..ട്രൂ...

ഇവിടെ ഏദൻ തോട്ടത്തിൽ ചെന്നായയും, ആട്ടിൻകുട്ടിയും ഒരുമിച്ച് വസിക്കുന്നു. പുള്ളിപുലി കോലാട്ടിൻ കുട്ടിയോടു കൂടെ കിടക്കുന്നു. സിംഹം കാളയെപോലെ വൈക്കോൽ തിന്നുന്നു. പശുകിടാവും സിംഹക്കൂട്ടിയും ഒരുമിച്ചു മേയുന്നു. പശുവും കരടിയും മേയുന്നതും ഒന്നിച്ചുതന്നെ. മുലകുടിക്കുന്ന മൃഗമക്കൾ സർപ്പപൊത്തിന്റെ മുകളിൽ തുള്ളിച്ചാടി കളിക്കുന്നു. മുലകുടി മാറി കൗമാരത്തോട് അടുക്കുന്ന മൃഗകുട്ടികൾ അണലിയുടെ അളയിൽ

കയ്യിടുന്നു. ഇതാണ് ദൈവത്തിന്റെ വിശുദ്ധഗിരി. ഇവിടെ ആരും ഒരിടത്തും ഉപദ്രവമോ നാശമോ ചെയ്യുന്നില്ല. എല്ലാവരും ഒരുമിച്ച് വസിക്കുന്നു. ആദ്യമായി ഉഷസ്സും സന്ധ്യയുമൊക്കെ ഇവിടെയാണ് ഉണ്ടായത്. നമ്മുടെ ഇന്നത്തെ വാസസ്ഥലങ്ങളുടെ ഉറവിടം ഇങ്ങനെ ആയിരുന്നു.

കലമാനുകൾ പൊഴിച്ചിട്ട കൊമ്പുകളിൽ കടുവകൾ പല്ലുകൾ ഉരസി മൂർച്ച സംരക്ഷിക്കുന്നു. ഏദൻ തോട്ടത്തിന്റെ തെക്കു വശത്ത് ഒരു പ്രത്യേക തരം പുല്ലുകൾ വളർന്നിരുന്നു. ഇഞ്ചപുല്ലു പോലെ അനേകം നീള പുല്ലുകൾ ഒരുമിച്ച് വളരുന്ന പ്രത്യേക പുൽകടകളിൽ നിന്നിരുന്ന ആ പുല്ലുകളിൽ ഉപ്പുരസം ഉണ്ടായിരുന്നു. കാട്ടുപോത്തുകൾക്കും, കാട്ടികൾക്കും വളരെ ഇഷ്ടപ്പെട്ട ആ പുല്ലുകൾ തിന്നുവാൻ അവ കൂട്ടംകൂട്ടമായി വന്നിരുന്നു. കാട്ടുപോത്തുകളുടെ മാംസമാണ് കടുവകൾക്ക് ഏറ്റവും ഇഷ്ടപ്പെട്ടത്. ഒരു പക്ഷേ, ഉപ്പുരസം ഉള്ള പുല്ലുകൾ തിന്നുന്ന കാട്ടുപോത്തുകളുടെയും, കാട്ടികളുടെയും ഇറച്ചിക്കും ഉപ്പരസം ഉണ്ടാകുമായിരിക്കാം. അതു കൊണ്ടാകാം കടുവകൾ ഇവയുടെ മാംസത്തോട് ഇത്ര താൽപര്യം കാണിക്കുന്നത്. ഉപ്പുപുല്ലുകളുടെ ഇടയിൽ കടുവകൾ ഒളിച്ചിരുന്ന് വേട്ടയാടുന്നു.

ഓരോ ആൺകടുവയ്ക്കും പ്രത്യേകമായ വിഹാരസ്ഥലം ഏദൻ തോട്ടത്തിൽ ഉണ്ടായിരുന്നു. ഔഷധ പ്രാധാന്യം ഉള്ള ഉങ്ങ് മരത്തിന്റെ തൊലിയിന്മേൽ കടുവകൾ നഖം കൊണ്ട് നീളത്തിൽ വരഞ്ഞ് തങ്ങളുടെ ഇടം ഇതാണ് എന്ന് അടയാളപ്പെടുത്തുമായിരുന്നു. ഒപ്പം ഉങ്ങിന്മേലുള്ള നഖം കൊണ്ടുള്ള വരയിലൂടെ ഭക്ഷണത്തിനായി മാത്രം വേട്ടയാടുന്ന സമയങ്ങളിൽ നഖങ്ങളിൽ പറ്റിപ്പിടിക്കുന്ന ചോരപ്പാടുകളും മറ്റും മാറ്റികളയുവാനും കടുവകൾ ശ്രദ്ധിച്ചിരുന്നു.

ചിരി ഉണർത്തുന്ന കുറെ രംഗങ്ങൾ ഏദൻ തോട്ടത്തിൽ ഉണ്ടാകാറുണ്ട്. മെല്ലെ മെല്ലെ നീങ്ങുന്ന ആമകളെ പിടിക്കുവാൻ ചെന്നായ കൂട്ടങ്ങളും, കഴുതപുലികളും വരും. ശത്രുവിനെ കണ്ടമാത്രയിൽ ആമകൾ തല ഉള്ളിലേക്ക് വലിക്കും. ഇരയാക്കാൻ വന്നവർ ഇളിഭ്യരാകും. ആമകളെ അവർ അങ്ങോട്ടും ഇങ്ങോടും തട്ടിയിടും. ദൂരെ മാറി നിന്ന് ആമകൾ നിരങ്ങി നീങ്ങുന്നതുവരെ അവർ കാത്തിരിക്കും. ആമകളുണ്ടോ പിടികൊടുക്കുന്നു? ചമ്മലോടെ

വേട്ടക്കാർ സ്ഥലം വിടും. കഴുതപുലികൾ ജാഗ്രത മറയ്ക്കുവാൻ ഇളിഭ്യചിരിയുടെ സ്വരം ഉണ്ടാക്കും. ആമകളുടെ ഈ രക്ഷാസൂത്രത്തിന്റെ മുമ്പിൽ പരാജയപ്പെടുന്ന മറ്റൊരു കൂട്ടരാണ് പെരുമ്പാമ്പുകൾ.

രണ്ടു കുട്ടിയാനകൾ കാലുകൊണ്ട് തേങ്ങ ഉരുട്ടിയുരുട്ടി നടക്കുന്നു. കുട്ടിയാനകൾ നേരെ വന്നത് വാനരമുത്തശ്ശിയുടെ അടുക്കലാണ്. കാലുകൾ ഉയർത്തി അവർ നഖങ്ങളെ കുരങ്ങത്തിയമ്മയ്ക്ക് കാണിച്ചുകൊടുത്ത് തുമ്പിക്കൈ പൊക്കി അങ്ങോട്ടും ഇങ്ങോട്ടും ഉരസി. വാനരമുത്തശ്ശിയാണ് ആനക്കുട്ടന്മാരുടെ നഖങ്ങളെ തേക്കിൻകൂമ്പ് തേച്ച് ചുവപ്പിച്ച് സുന്ദരമാക്കി കൊടുക്കുന്നത്. തത്തമ്മയുടെ ചെംചുണ്ട് കണ്ട ഗജകിടാങ്ങൾക്ക് ഒരു മോഹം ഉദിച്ചു, തങ്ങളുടെ നഖങ്ങളെ ചുവപ്പിക്കണമെന്ന്. മൈലാഞ്ചി ശേഖരിക്കുവാനും, അതിനെ അരയ്ക്കുവാനും തേക്കുവാനുമൊക്കെ സമയം എടുക്കും എന്നു പറഞ്ഞ കുരങ്ങ് കാർന്നോത്തി കരിക്കുട്ടികൾക്ക് കാണിച്ചുകൊടുത്ത സൂത്ര വിദ്യയാണ് തേക്കിൻകൂമ്പ് തേച്ചാൽ നഖം ചുവക്കും എന്നുള്ളത്. വാനരമുത്തശ്ശി ഏദൻ തോട്ടത്തിൽ വയറ്റാട്ടിയും വൈദ്യകാരിയും ആയിരുന്നു. വേതനമായി പഴങ്ങളാണ് മുത്തശ്ശി സ്വീകരിച്ചിരുന്നത്. പ്രായം കൊണ്ട് പല്ലുകൾ പൊഴിഞ്ഞു പോയതുകൊണ്ട് പഴങ്ങളായിരുന്നു പുള്ളിക്കാരിയ്ക്ക് പഥ്യം.

ധാരാളം ഒറ്റമൂലികൾ മുത്തശ്ശിക്ക് അറിയാമായിരുന്നു. എപ്പോഴും ചിലച്ചുകൊണ്ടിരിക്കുന്ന ചെലച്ചാട്ടി കിളിക്ക് ടോൺസിലിറ്റിസ് വന്നപ്പോൾ മുയൽചെവി സസ്യം സമൂലം ഞെരടി പിഴിഞ്ഞ് ശിരസ്സിൽ ഏഴു ദിവസം ഒഴിച്ചുകൊടുത്ത് രോഗശമനം ഉണ്ടാക്കി കൊടുത്തു. മുള്ളൻപന്നിയുടെ മുള്ളുകൊണ്ട് ചാരൻ മുയലിന്റെ മുതുകത്ത് മുറിവ് ഉണ്ടായപ്പോൾ തേക്കിൻകൂമ്പ്, ചുവന്നുള്ളി, മഞ്ഞൾപൊടി എന്നിവ വെളിച്ചെണ്ണയിൽ കാച്ചിയെടുത്ത് പുരട്ടിയാൽ മുറിവ് ഉണങ്ങുമെന്ന് മുത്തശ്ശി പറഞ്ഞു കൊടുത്തു. വാപുണ്ണ് വന്ന വാനമ്പാടിക്ക് പിച്ചകത്തിന്റെ ഇലകൾ വായിലിട്ട് ചവച്ച് നീരു പിടിച്ചാൽ ദീനം മാറുമെന്ന് പറഞ്ഞു കൊടുത്തതും വാനരമുത്തശ്ശി തന്നെ. എരണ്ടകെട്ട് ബാധിച്ച് കുടൽപുണ്ണ് വന്ന് കഷ്ടപ്പെട്ടിരുന്ന കുങ്കൻ ഒറ്റയാന് അതിരാവിലെ വെറും വയറ്റിൽ മുത്തിൾ ഇലകളും, മുത്തങ്ങ കിഴങ്ങും തിന്നാൽ അസുഖം ഭേദമാകും എന്ന് പറഞ്ഞ് കൊടുത്തതും ഈ വാനരമുത്തശ്ശി തന്നെ.

കാലുകൾ കൊണ്ട് വലിയ ഒരു നാളികേരം തട്ടിത്തട്ടി നടക്കുന്ന ആനകുട്ടികളെ അരയാൽ കൊമ്പിലിരുന്ന് അണ്ണാറകണ്ണന്മാർ കളിയാക്കി ചിരിക്കുന്നത് ഇതിനിടയിൽ വാനരമുത്തശ്ശി കണ്ടു. അമ്മൂമ്മ ഓടിച്ചെന്ന് ആനക്കുട്ടന്മാരോട് പറഞ്ഞു: “ഈ നാളികേരത്തിന്റെ പേരിൽ ഒരു നാട് ഭാവിയിൽ ഉണ്ടാകും. എന്നാൽ, കുറെ കഴിയുമ്പോൾ ആ നാട്ടിലെ തെങ്ങുകളെല്ലാം നശിച്ചു പോകും. എന്നാലും, കേരത്തിന്റെ പേരിൽ തന്നെ ആ നാട് അറിയപ്പെടും... മണ്ടൂസുകളെ, കാൽകൊണ്ട് ഒന്ന് ചവുട്ടികൊടുക്ക്...നാളികേരം പൊളിയും...ശുദ്ധജലവും കുടിക്കാം, മധുരമുള്ള തേങ്ങാപൂളും തിന്നാം.” മുത്തശ്ശിയുടെ വാക്കു കേട്ട ആനക്കുട്ടന്മാർ അപ്രകാരം തന്നെ ചെയ്തു. മഹാസൂത്രക്കാരി കൂടി ആയിരുന്നു വാനരമുത്തശ്ശി. പൊളിഞ്ഞ നാളികേരത്തിന്റെ കഷ്ണങ്ങൾ പെറുക്കിയെടുത്ത് അവൾ അടുത്തുള്ള പ്ലാവിൻ കൊമ്പിലേയ്ക്ക് പാഞ്ഞുപോയി.

ഗന്ധർവ്വപാലയും, മംഗളപാലയും ഏദൻതോട്ടത്തിൽ പൂക്കൾ പൊഴിക്കുന്നു. മലരുകൾ ചൊരിഞ്ഞ് പവിഴമുല്ലയും, പിച്ചക വള്ളികളും പരവതാനി വിരിയ്ക്കുന്നു. പുല്ലാനി പുഷ്പവൃഷ്ടി നടത്തുന്നു. വിവിധ ഇനങ്ങളിലുള്ള മുളങ്കാടുകൾ ആടിയുലഞ്ഞ് വരവേല്പിന്റെ സന്തോഷത്തിൽ കൈകൾ കൊട്ടുന്ന പോലെ സ്വരമുണ്ടാക്കുന്നു. ചെമ്പോത്തുകൾ ശുഭസൂചകമായി കൂജനം ചെയ്യുന്നു. ചക്കിപരുന്ത് വട്ടമിട്ട് പറക്കുവാൻ തുടങ്ങി. അതാ! ദൈവം തമ്പുരാൻ എഴുന്നള്ളുന്നു!!

എല്ലാവരും വാത്സല്യ നിധിയായ സർവ്വേശ്വരന്റെ പക്കലേക്ക് ഓടിവന്നു. ദൈവത്തിന്റെ ചുമലുകളിലും കൈകളിലും പ്രാവുകൾ ഇടം പിടിച്ചു. ദേ...ദേ...ഞാൻ വന്നു എന്ന് പറഞ്ഞുകൊണ്ട് മൂന്ന് കുഞ്ഞുങ്ങളുമായി കരിമ്പുള്ളികളുള്ള കോലാട് ദൈവത്തിന്റെ അടുത്തെത്തി. തുള്ളിച്ചാടി വന്ന പൈക്കിടാവ് ദൈവത്തിന്റെ പാദങ്ങളും പാണികളും ഒരു പ്രത്യേക അധികാരം ഉറപ്പിച്ചുകൊണ്ട് നക്കുവാൻ തുടങ്ങി. തന്നോട് ചേർന്നു നിൽക്കുന്ന ആട്ടിൻ കുഞ്ഞുങ്ങളിൽ സ്വല്പം മുടന്ത് ഉള്ളതിനെ ദൈവം കയ്യിലെടുത്ത് മാറോട് ചേർത്തുപിടിച്ചു.

ദൈവത്തിന് വലിയ സന്തോഷം നൽകുന്ന സാഹചര്യമാണ് സംജാതമായത്. എങ്കിലും, ദൈവത്തിന്റെ ദൃഷ്ടി പോയിരുന്നത് പൂത്തു നിൽക്കുന്ന നെന്മേനി വാകമരത്തിന്റെ വശത്തു നിൽക്കുന്ന

ആ മരത്തിലേയ്ക്ക് ആയിരുന്നു. ഇലഞ്ഞി പൂവിനെ വെല്ലുന്ന സുഗ ന്ധമുള്ള പൂക്കളുള്ള ആ മരത്തിന്റെ വലതുവശത്ത് നീണ്ടു നിന്നി രുന്ന കമ്പിലേക്ക് നോക്കിയ ദൈവത്തിന്റെ മുഖത്ത് കോപവും നിരാശയും ഒരുമിച്ച് തളം കെട്ടുന്നത് എല്ലാവരും ശ്രദ്ധിച്ചു. കുഞ്ഞാടിനെ നിലത്ത് ഇറക്കി വെച്ചുകൊണ്ട് ദൈവം കുട്ടൻ പ്രാവിനോട് പറഞ്ഞു: "നീ പോയി ആദത്തിനോട് ഇവിടം വരെ വേഗം വരുവാൻ ഞാൻ പറഞ്ഞു എന്ന് സന്ദേശം കൊടുക്ക്." പ്രാവ് പെട്ടെന്ന് പറന്നു ആദത്തിന്റെ വള്ളിക്കുടിലിലേക്ക്. സ്വൽപ്പ സമയത്തിനുള്ളിൽ ആദം വന്നു. പക്ഷേ, ദൈവത്തിന്റെ അടുത്തു വരാതെ അയിത്തക്കാരനെ പോലെ ആദം അകന്നു നിന്നു. ദൈവം വിളിച്ചു: "ആദം!" ഒറ്റ വിളിയിൽ തന്നെ ദൈവത്തിന്റെ ശബ്ദം പെരുവെള്ളത്തിന്മേൽ ഇടിനാദം മുഴക്കുന്നപോലെ ജലപരപ്പിൽ മുഴങ്ങി. അത് കാരകിലെ മരങ്ങളെ മറിച്ചിടും വിധത്തിൽ ഗംഭീ രവും ശക്തവുമായിരുന്നു. ദേവദാരുക്കൾ കടപുഴകി വീണു. തീജ്വാല പരത്തിയ ആ ശബ്ദം കദുശു വനത്തെയും മരുഭൂമിയേയും വിറപ്പിച്ചു. അത് മരച്ചില്ലകളെ പിടിച്ചു കുലുക്കുകയും മഹാമരങ്ങളെ പിഴുതെറിയുകയും ചെയ്തു.

വെയിലാറിയ സമയമായിരുന്നു. തോട്ടത്തിൽ ദൈവം ഉലാത്തു ന്നതിന്റെയും, ഒപ്പം 'ആദം' എന്ന് വിളിച്ചതിന്റെയും സ്വരം കേട്ട് ആദവും ഹവ്വയും മരങ്ങൾക്കിടയിൽ ഒളിച്ചു. അവിടന്ന് വീണ്ടും സ്വരം ഉയർത്തി ആദി പുരുഷനായ ആദത്തോട് ചോദിച്ചു: "നീ എവിടെയാണ്?" ആദം പേടിച്ചുവിറച്ച് പറഞ്ഞു: "തോട്ടത്തിൽ അവിടത്തെ ശബ്ദം ഞാൻ കേട്ടു. ഞാൻ നഗ്നനായതുകൊണ്ട് ഭയ ന്ന് ഒളിച്ചതാണ്." ആദത്തിനോട് ദൈവം വീണ്ടും ചോദിച്ചു: "നീ നഗ്നനാണെന്ന് നിന്നോട് ആരു പറഞ്ഞു? തോട്ടത്തിന്റെ നടുവിൽ ഞാൻ പ്രത്യേക ശ്രദ്ധ കൊടുത്തു വളർത്തിയ നന്മതിന്മകളെ കുറി ച്ചുള്ള അറിവു നൽകുന്ന ജീവന്റെ വൃക്ഷത്തിന്റെ ഞാൻ തിന്നരു തെന്ന് നിന്നോട് കൽപിച്ച പഴം നീ തിന്നോ?" ആദം തൊണ്ടയിട റികൊണ്ട് പറഞ്ഞു: "അങ്ങ് എനിക്ക് കൂട്ടിന് തന്ന സ്ത്രീ ആ മര ത്തിന്റെ പഴം എനിക്ക് തന്നു. ഞാൻ അത് തിന്നു." ദൈവമായ കർ ത്താവ് സ്ത്രീയോട് ചോദിച്ചു: "നീ എന്താണ് ചെയ്തത്?" അവൾ പറഞ്ഞു: "സർപ്പം എന്നെ വഞ്ചിച്ചു, ഞാൻ ആ പഴം തിന്നു."

മനോഹരമായ മിന്നുന്ന വർണ്ണത്തിൽ വന്ന് ഹവ്വായെ ദൈവം

വിലക്കിയ പഴം തീറ്റിപ്പിച്ച ആ സർപ്പരൂപനാണ് ആദി മരാസുരൻ. ആദി പുരുഷനെയും, ആദി സ്ത്രീയെയും, ആദി മരാസുരനെയും ഏദൻ തോട്ടത്തിൽ ഒരുമിച്ച് കണ്ട് ദൈവത്തിന്റെ ചുറ്റും കൂടിനി ന്നിരുന്ന പക്ഷിമൃഗാദികളും, വൃക്ഷലതാദികളും ബീഭത്സരസം ആദ്യമായി അനുഭവിച്ചറിഞ്ഞു.

സ്വന്തം ഛായയിലും, സാദൃശ്യത്തിലും മനുഷ്യനെ സൃഷ്ടിച്ച് ഭൂമിയിലെ സർവ്വ ജീവജാലങ്ങളുടെയും മേൽ ആധിപത്യം നൽകിയ ദൈവത്തിന്റെ സ്നേഹവാത്സല്യം തിരിച്ചറിയാതെ സൃഷ്ടാവിനെ തിരായി സൃഷ്ടി കൃതഘ്നത കാണിച്ചു. ചെയ്തുപോയ അപരാ ധത്തെ കുറിച്ച് ആദത്തിന് ലവലേശം കുണ്ഠിതം ഉണ്ടായില്ല. അ വൻ തന്റെ തെറ്റിന്റെ ഉത്തരവാദിത്വം ഹവ്വായുടെ തലയിൽ വെച്ചുകെട്ടി തടിതപ്പുവാൻ നോക്കി. അത് ദൈവത്തിന് ഒട്ടും തന്നെ ഇഷ്ടമായില്ല. ദൈവം ആദി മനുഷ്യരെ ശപിച്ചു. ഒപ്പം ആദി മരാസുരനെയും.

ഈ ഭീകരാന്തരീക്ഷത്തിന് സാക്ഷികളാകേണ്ടി വന്നതിൽ ദൈ വത്തിന്റെ ചുറ്റും കൂടിയവർ ദുഃഖിച്ചു. അവരെല്ലാവരും ആദത്തെയും, ഹവ്വായെയും, സർപ്പത്തെയും മനസ്സാ വെറുക്കാൻ തുടങ്ങി. ആ വെറുപ്പാണ് തലമുറ തലമുറയായി കൈമാറി വന്ന് ഇന്നും നിലനിൽക്കുന്ന പക്ഷിമൃഗാദികളുടെ മനുഷ്യനോടുള്ള ആക്രമണ സ്വഭാവമായി മാറിയത്.

ഏദൻ തോട്ടത്തിൽ നിന്നും പൊട്ടിപുറപ്പെട്ട നദിപ്രവാഹത്തിന്റെ നാല് കൈവഴി പുഴകളായിരുന്നു പിഷോൺ, ഗിഹോൺ, ടൈഗ്രീ സ്, യൂഫ്രട്ടീസ് എന്നിവ. ആദത്തോട് ദൈവം തിന്നരുത് എന്ന് പറഞ്ഞിരുന്ന പഴം ഉണ്ടാകുന്ന ജീവന്റെ വൃക്ഷത്തെ ഈ നാല് നദികളിലെയും ജലം കൊണ്ട് മാലാഖമാർ മാറിമാറി നനയ്ക്കുമാ യിരുന്നു. ജീവന്റെ വൃക്ഷം ഒരേ ഒരെണ്ണം മാത്രമെ ഉണ്ടായിരുന്നു ള്ളൂ. ഭൂമിയുടെ നാല് അതിരുകളിലും അതിന്റെ തൈകൾ വെയ് ക്കുവാൻ ദൈവം തീരുമാനിച്ചിരുന്നു. ജീവന്റെ വൃക്ഷത്തിൽ ഉണ്ടായ ആദ്യഫലം പഴുത്ത് പാകമാകുന്നത് കാത്തിരിക്കുകയായിരുന്നു ദൈ വം. പഴത്തിൽ നിന്ന് ലഭിക്കുന്ന വിത്തുകൾ മുളപ്പിച്ച് ആ തൈകൾ ഉണ്ടാക്കുവാനുള്ള ദൈവത്തിന്റെ പദ്ധതിയെയാണ് ഭോഷനായ മനു ഷ്യൻ, ആദം തകർത്ത് കളഞ്ഞത്. ദൈവ പദ്ധതികൾ തകർത്തെറി യുന്നവന് ദൈവകോപത്തിന്റെ മായാപാടുകളുടെ മുദ്ര

എന്നും പേറേണ്ടി വരും. ആദത്തിന്റെ വായിൽ നിന്ന് താഴോട്ട് ഇറങ്ങിപോയ വിലക്കപ്പെട്ട കനി ആദത്തിന്റെ തൊണ്ടയിൽ തന്നിഷ്ടത്തിന്റെ മായാമുദ്ര രൂപപ്പെടുത്തി. അതാണ് തൊണ്ടയ്ക്ക് നടുക്ക് മുഴച്ചു നില്ക്കുന്ന പരുവത്തിൽ പുരുഷന്മാർക്ക് ഉള്ള ആദംസ് ആപ്പിൾ എന്ന പേരിലുള്ള തൊണ്ടമുഴ.

മരാസുരവേഷ പകർച്ചയ്ക്ക് വഴിയൊരുക്കിയ സർപ്പവംശത്തെയും ദൈവം ശപിച്ചു. ആ സർപ്പവംശത്തിന്റെ കുതന്ത്ര ബുദ്ധി മാരകവിഷമായി ദൈവശാപത്തിന്റെ അനന്തര ഫലം എന്നപോലെ അവരുടെ ഉള്ളിൽ തന്നെ രൂപാന്തരപ്പെട്ടു. അങ്ങനെ സർപ്പം എല്ലാവരുടെയും ശത്രുവായി. മിത്രമായി വന്ന് ആദി സ്ത്രീയെ വഞ്ചിച്ച സർപ്പത്തിന്റെ സന്തതികൾ എല്ലാവരാലും വെറുക്കപ്പെടുന്ന വിഷജീവികളായി.

ദൈവം ഭൂമിയ്ക്ക് നൽകിയ വരദാനങ്ങളാണ് തരുലതാദികൾ എന്ന് നാം കണ്ടു. അവയെ അനാവശ്യമായി നശിപ്പിക്കുന്നവർ വിഷജീവികളാണ്. അവരെ ഒറ്റപ്പെടുത്തണം, ഒഴിവാക്കണം. ആദി മരാസുരനെ ഹവ്വാ ഓടിപ്പിച്ചു കളഞ്ഞിരുന്നുവെങ്കിൽ, ഇന്ന് ലോകചരിത്രം ഇതുപോലെ ആകുമായിരുന്നില്ല. മനുഷ്യൻ വിവേകത്തിൽ വളരുമായിരുന്നു. ഭൂമിയുടെ നാല് അതിരുകളിലും വളർത്തപ്പെട്ട അറിവിന്റെ വൃക്ഷങ്ങളുടെ വിത്തുകളിൽ നിന്ന് ലോകം മുഴുവൻ ആ വൃക്ഷങ്ങൾ നിറയുമായിരുന്നു. നന്മതിന്മകളെ കുറിച്ചുള്ള അറിവ് നൽകുന്ന ആ വൃക്ഷത്തിന്റെ ഫലങ്ങൾ ഭക്ഷിക്കുന്നതിലൂടെ ലോകമാസകലമുള്ള മനുഷ്യർ നന്മയിൽ മാത്രം ജീവിക്കുമായിരുന്നു. എന്തു ചെയ്യാം? മരാസുരൻ ലോകത്തിന്റെ ഗതിയെ തകിടം മറിച്ചു. കൊലപാതകികളായ കായേൻമാരുണ്ടായി. പ്രളയം ഉണ്ടായി. തന്റേതായ താവളങ്ങളിൽ ഒതുങ്ങി കൂടുന്ന ബാബേൽ ഗോപുര സമാനമായ ഫ്ളാറ്റ് സമുച്ചയങ്ങൾ ഉണ്ടായി. സോദോം-ഗോമോറ ജീവിതം കാണിപ്പിക്കുന്ന ഇന്റർനെറ്റ് സൈറ്റുകളുണ്ടായി. മാതാപിതാക്കളെ കബളിപ്പിക്കുകയും, പിതൃസ്വത്ത് വിഭജനത്തിൽ തമ്മിൽ തല്ലിയ ഏസാവിനെയും, യാക്കോബിനെയും പോലെയുള്ള കൂടപ്പിറപ്പുകൾ ഉണ്ടായി. അടിമപണിയും, മനുഷ്യകടത്തും ഉണ്ടായി. ഫറവോന്മാരും ധൃതരാഷ്ട്രന്മാരും ഉണ്ടായി. പുറപ്പാടും വനവാസവും ഉണ്ടായി. ദലീലമാർ, കൊട്ടാരം വെപ്പാട്ടികൾ, പൂതന, ശൂർപ്പണഖ, സൈനയിഡ് ജോളിമാർ,

സ്വപ്നസുന്ദരിമാർ അങ്ങനെ ധാരാളം പേർ ഉണ്ടായി. യൂദാസ്, യമൻ, ദുശ്ശാസനൻ ദുര്യോധനൻ, മഹാവാറോതനായ ഞെരിഞ്ഞിലൻ, മതഭീകരർ തുടങ്ങിയവർ ഭൂമി വാഴാൻ തുടങ്ങി. കാൽവരിയിലെ കുരിശുമരണം ഉണ്ടായി.

പ്രപഞ്ച സൃഷ്ടികർമ്മം പൂർത്തിയാക്കിയ ദൈവം, ഏഴാം ദിവസം വിശ്രമിച്ചു. ദൈവത്തിന് വിശ്രമം ആവശ്യമായിരുന്നു. സൃഷ്ടി കർമ്മത്തിന്റെ ഓരോ ദിവസവും ദൈവം സന്തോഷിച്ചു. ആറാം ദിവസം സൃഷ്ടിക്കപ്പെട്ട സൃഷ്ടിയുടെ മകുടമായ മനുഷ്യൻ മരാസുരനാൽ വശീകരിക്കപ്പെട്ട് അധഃപതിച്ചത് കണ്ടപ്പോൾ ദൈവത്തിന് സഹിച്ചില്ല. എല്ലാ ദിവസവും തന്റെ സൃഷ്ടികളെ കണ്ട്, അവയെല്ലാം നല്ലതെന്ന് വിശ്വസിച്ച ദൈവം മനുഷ്യരിലെ പോക്കിരിത്തരം കണ്ട്, ഒന്നിനെയും തുടർന്ന് കാണുവാൻ തുനിയാതെ വിഷണ്ണനായി വിശ്രമത്തിനു പോയി. ചരിഞ്ഞും മറിഞ്ഞും ദൈവം കിടന്നു. ഉറക്കം വന്നില്ല. ആദി മരാസുരനായ സർപ്പത്തിന്റെ മർക്കടമുഷ്ടിയിലും, മായാലീലകളിലും ദൈവത്തിന്റെ വിശ്രമം വിഫലമായി പോയി. കൂർക്കം വലിച്ച് ഉറങ്ങുന്ന ദൈവം കരൾ പൊട്ടി നെടുവീർപ്പുകൾ വിട്ട് ഉറങ്ങാതെ കിടന്നു.

⌘ ⌘ ⌘ ⌘ ⌘

അദ്ധ്യായം – 3

ആദ്യ മരാസുര ദർശനം

എനിക്ക് അന്ന് മൂന്ന് വയസായിരുന്നു പ്രായം എന്ന് പിന്നീട് അമ്മ പറഞ്ഞു ഞാൻ കേട്ടിട്ടുണ്ട്. എനിക്ക് താഴെ അനുജൻ ഉണ്ടായിരുന്നു എന്നും അമ്മ പറഞ്ഞ് അറിഞ്ഞിട്ടുണ്ട്. പക്ഷെ എനിക്ക് ഓർമ്മ ഇല്ല. അനിയാ, ക്ഷമിക്കണം. ഞങ്ങൾ തറവാട്ടു വീട്ടിൽ നിന്ന് മാറി സ്വന്തമായി പണിത പുതിയ വീട്ടിൽ താമസം ആക്കിയിട്ട് അധികം നാൾ ആയിട്ടുണ്ടായിരുന്നില്ല. പണിതീരാത്ത വീടായിരുന്നു പുത്തൻ വീട്. ഓടിട്ട വീട്. കരി കൂട്ടി ചാണകം കൊണ്ട് മെഴുകിയ മുറികൾ. അമ്മയ്ക്ക് വിവാഹ സമയത്ത് ഇടവക പള്ളിയിൽ നിന്ന് സമ്മാനമായി കിട്ടിയ ഈശോയുടെ തിരുഹൃദയത്തിന്റെ ചില്ലിട്ട പടം ഞങ്ങളുടെ പുത്തൻ വീടിന്റെ പൂമുഖത്ത് ഭിത്തിയിൽ സ്ഥാപിച്ചിരുന്നു. ആ ചിത്രം ഒരു അത്ഭുത ചിത്രമാണ് എന്ന് അമ്മ പറഞ്ഞു തന്നിരുന്നു. നല്ല കുട്ടിയായി വളരുവാനും, അസുഖങ്ങളൊന്നും വരാതിരിക്കുവാനും വീടിന്റെ നടവാതിലിലൂടെ കടക്കുമ്പോഴൊക്കെ തല കുനിച്ച് ചിത്രത്തിലുള്ള കർത്താവിനെ വണങ്ങണമെന്ന് അമ്മ ഉപദേശിച്ചിരുന്നു. മാത്രവുമല്ല, ചിത്രത്തിലേക്ക് നോക്കിയാൽ ഈശോ എപ്പോഴും എന്നെ നോക്കികൊണ്ടിരിക്കുന്നത് കാണാം എന്നും അമ്മ കാണിച്ചു തന്നു. ഒരു ദിവസം സന്ധ്യയോട് അടുത്ത സമയത്ത് ഞാൻ എന്റെ കൊച്ചു കൈകൾ കൊണ്ട് മുറ്റത്തെ പുല്ല് പറിക്കുകയായിരുന്നു. ഓണത്തിന് മുമ്പുള്ള ദിവസങ്ങളായിരുന്നു. ഞങ്ങളുടെ പുതിയ വീട്ടിലെ ആദ്യത്തെ ഓണം. മുറ്റത്തു നിന്ന് പുല്ലുകളൊക്കെ പറിച്ചു കളഞ്ഞ് വൃത്തിയാക്കിയാൽ മാത്രമാണ് മാവേലി നമ്മുടെ പുതിയ വീട്ടിൽ ഓണതലേന്ന് രാത്രിയിൽ വരികയുള്ളു എന്ന് അമ്മ എന്നോട് പറഞ്ഞിരുന്നു. മാവേലിയെ കാണാനുള്ള കൗതുകത്തിൽ പുല്ല് പറിക്കുന്ന സമയത്ത്

അടുക്കളയിൽ വലിയ ബഹളം കേട്ട് ഞാൻ ഞെട്ടിപ്പോയി. ഓടി അകത്ത് ചെല്ലുമ്പോൾ ഞങ്ങളുടെ ഒരു അയൽവാസി ഞങ്ങളുടെ അടുക്കളയിൽ നിന്ന് അമ്മ അത്താഴത്തിനായി പാകം ചെയ്തു വച്ചിരിക്കുന്ന ചോറും കറിയും കലങ്ങളോടെ എടുത്ത് അടുക്കള വാതിലിലൂടെ പുറത്തേക്ക് എറിഞ്ഞ് നശിപ്പിക്കുന്നു. വീടിന്റെ വടക്കേ വശത്തായിരുന്നു അടുക്കള വാതിൽ. പുറത്തേക്ക് വലിച്ചെറിഞ്ഞ കലത്തിലെ ചോറ് കോഴികൾ കൊത്തി തിന്നുന്നു. നേന്ത്രകായ ആയിരുന്നു ചാറുകറി. കറി വെച്ചിരുന്ന മൺകലം തകർന്ന് കഷ്ണങ്ങളായി കിടക്കുന്നു. ആ കഷ്ണങ്ങളിൽ ചാറും കായ കഷ്ണങ്ങളും കിടക്കുന്നു. അപ്പൻ വീട്ടിൽ ഉണ്ടായിരുന്നില്ല. മൂരിയെ കുറച്ചകലെയുള്ള അടയ്ക്കാ വളപ്പിൽ നിന്ന് അഴിച്ചു കൊണ്ടുവരുവാൻ പോയിരിക്കുകയായിരുന്നു. ഞാൻ പേടിച്ചു വിറച്ചു. എന്നെ ചേർത്തു പിടിച്ച് നിറുത്തികൊണ്ട് വിതുമ്പി വിതുമ്പി അമ്മ കരയുന്നു. അമ്മയുടെ ചുണ്ടുകൾ കോടി പോകുന്നു. കണ്ണിൽ നിന്ന് പെരുമഴ തൂകുംപോലെ കണ്ണീർ വീഴുന്നു. ഒന്നും പ്രതികരിക്കാതെ അമ്മ ഒച്ചയില്ലാതെയാണ് കരയുന്നത്.

അട്ടഹസിച്ച് തെറി പറഞ്ഞുകൊണ്ട് ഞങ്ങളുടെ അടുക്കളയിൽ കയറി അമ്മ പാകം ചെയ്ത് വെച്ചിരുന്ന ഞങ്ങളുടെ അത്താഴം കലങ്ങളോടു കൂടി പുറത്തേക്ക് എറിഞ്ഞുകളഞ്ഞ ആ അയൽവാസി ഇതിന് ശേഷം കലിതുള്ളി പോയത് കിഴക്കോട്ട് പൂമുഖത്തുള്ള ഞങ്ങളുടെ വീടിന്റെ മുൻവശത്തുള്ള തോട്ടത്തിലേക്കാണ്. അവിടെയുള്ള എല്ലാ ചെടികളും ഭക്ഷണം നശിപ്പിച്ചയാൾ പറിച്ച് വേലിക്കരികിലേക്ക് എറിഞ്ഞു. അതിൽ പൊടിച്ചു തുടങ്ങിയ കൂല ചെത്തി കടകൾ ഉണ്ടായിരുന്നു. പല വർണ്ണത്തിലുള്ള കോഴിവാലൻ ചെടികൾ ഉണ്ടായിരുന്നു. ഇടവകപള്ളി പറമ്പിൽ നിന്ന് അപ്പൻ കൊണ്ടുവന്ന് വെച്ചതായിരുന്ന ഈന്തൽ തൈകൾ ഉണ്ടായിരുന്നു. ചെട്ടിമല്ലി തൈകളും, ഉണ്ടമല്ലികളും ഉണ്ടായിരുന്നു. തറവാട് വീടിന്റെ മുൻവശത്ത് നിന്നിരുന്ന മഞ്ഞ രാജമല്ലിയുടെ തൈകൾ പറിച്ച് കൊണ്ട് വന്ന് പിടിപ്പിത് ഉണ്ടായിരുന്നു. എന്നെയും അയാൾ എടുത്ത് വേലിക്കപ്പുറത്തുള്ള വഴിയിലേക്ക് എറിഞ്ഞു കളയുമെന്ന് കരുതി ഞാനാകെ പേടിച്ച് അമ്മയുടെ കാലിൽ ബലമായി പിടിച്ചു നിന്നു.

കലിതുള്ളൽകാരൻ കൂടെ കൊണ്ടുവന്നിരുന്ന വെട്ടുകത്തിയു

മായി പിന്നീട് പോയത് തെക്കേ വശത്ത് ഞങ്ങളുടെ വീടിന്റെ മേച്ചിൽ ഓടിനോട് ചേർന്ന് നിൽക്കുന്ന കടുമാവിന്റെ കടയിലേക്കാണ്. അത്യാവശ്യം വണ്ണം ഉണ്ടായിരുന്നു കടുമാവിന്. രണ്ട് മൂന്ന് പ്രാവശ്യം വെട്ടുകത്തികൊണ്ട് കടുമാവിൽ ആഞ്ഞുവെട്ടിയപ്പോഴേക്കും അപ്പാപ്പനും, അമ്മാമ്മയും തറവാട്ടിൽ നിന്ന് ഓടിവന്നു. അപ്പാപ്പനെ കണ്ട മാത്രയിൽ ഒരു വലിയ തെറി പറഞ്ഞുകൊണ്ട് വെട്ടുകത്തി ദൂരേയ്ക്ക് വലിച്ചെറിഞ്ഞ് സംഹാരദൂതൻ വഴിയിലേക്ക് പോയി. മരാസുരൻ!! ഞാൻ ആദ്യം കണ്ട മരാസുരൻ! അത്താഴം മാത്രമല്ല, തോട്ടത്തിലെ ചെടികളും നശിപ്പിച്ചു! കടുമാവിനെ വെട്ടി പരിക്കേൽപ്പിച്ചു. സാക്ഷാൽ മരാസുരൻ തന്നെ!!

ഞങ്ങളുടെ വീടിന് സ്ഥാനം നോക്കിയപ്പോൾ രാമുണ്ണി ആശാരി എന്റെ അപ്പനോട് പറഞ്ഞു: “ദേവസ്സികുട്ടി, ഈ കടുമാവിനോട് ചേർന്ന് നിൽക്കണം വീടിന്റെ തെക്കുവശം. ഐശ്വര്യം എന്നും ഉണ്ടാകും. ഈ മാവ് കളയരുത്.” വീടു പണിക്കായി കടുമാവിനെ വെട്ടികളയാൻ അപ്പൻ തീരുമാനിച്ചതാണ്. ആ കടുമാവിന് വളരെ പ്രത്യേകത ഉണ്ടായിരുന്നു. ഡിസംബർ അവസാനത്തോടെ കടുമാവിൽ പൂ വിരിഞ്ഞ് കണ്ണിമാങ്ങ ഉണ്ടായി തുടങ്ങും. ഞങ്ങളുടെ പ്രദേശത്ത് ആദ്യമായി പൂക്കുന്നതും, മാങ്ങ ഉണ്ടാകുന്നതും ഞങ്ങളുടെ കടുമാവിൽ ആയിരുന്നു. ആയിരംകുഴി കോൾ പാടത്തിന്റെ ഉടമ വലിയ നമ്പൂതിരി പുഞ്ച കൃഷി തുടങ്ങും മുമ്പ് വഴിയിലൂടെ പോകുമ്പോൾ അപ്പാപ്പനെ വിളിച്ച് പറയുമായിരുന്നു: “കുഞ്ഞുവാറു, കൊച്ചുതൊമ്മനെ പറഞ്ഞുവിടാം. അവൻ പൊട്ടിച്ചോളും കണ്ണിമാങ്ങ. ഈ മാവിന്റെ കണ്ണിമാങ്ങ അച്ചാറിട്ടാൽ അതിന്റെ രുചി ഒന്നു വേറെ തന്നെ.” എല്ലാ വർഷവും വലിയ നമ്പൂതിരി കണ്ണിമാങ്ങ കൊണ്ടുപോയി കടുമാങ്ങ അച്ചാർ ഇടും. ഒരു മൺകുടുക്ക അച്ചാർ തറവാട്ടിലേക്ക് കൊടുത്തു വിടുകയും ചെയ്യുമായിരുന്നു. കടുമാങ്ങ അച്ചാറിന് വിശേഷമായ കണ്ണിമാങ്ങ ഉണ്ടാകുന്ന മാവ് ആയതുകൊണ്ടായിരിക്കാം, അതിന് കടുമാവ് എന്ന പേര് ഉണ്ടായത്.

രാമുണ്ണി ആശാരി തറവാട്ടിലെ സ്ഥിരം ആശാരി ആയിരുന്നു. തച്ചുശാസ്ത്ര വിദഗ്ദൻ ആയിരുന്നു രാമുണ്ണി ആശാരി. വീടിന്റെ നാല് വശത്തും വൃക്ഷങ്ങൾ വേണമെന്ന് ആശാരി പറയുമായിരുന്നു. മരപ്പണി പഠിക്കുവാൻ കൂടെ കൊണ്ടുവന്നിരുന്ന കുട്ടിആശാരിമാ

രോട് മൂത്താശ്ശാരിയായ രാമുണ്ണി ആശാരി പറയുമായിരുന്നു: "ഉളി വെക്കുമ്പോൾ മരത്തിന് വേദന ഉണ്ടാകരുത് ട്ടോ." തായ്മരത്തിൽ നിന്ന് വെട്ടി മാറ്റി, അറുത്ത് മുറിച്ച് കട്ടിലയും, ജനലും, വാതിലും, വീട്ടുപകരണങ്ങളും ഒക്കെയായി മാറുന്ന ഉണക്ക മരത്തിന് വേദന ഉണ്ടാകുമോ? രാമുണ്ണി ആശാരി പണിക്ക് വരുമ്പോൾ വാഴയിലയിൽ ശർക്കര ബെല്ലം പൊതിഞ്ഞു കൊണ്ടുവന്ന് എനിക്കു തരുമായിരുന്നു. വലിയ സ്നേഹമായിരുന്നു രാമുണ്ണി ആശാരിക്ക് ഞങ്ങൾ കുട്ടികളോട്. "മിടുക്കനാകണം...മിടുമിടുക്കനാകണം" എന്ന് രാമുണ്ണി ആശാരി ശർക്കര തരുമ്പോൾ വലിയ വാത്സല്യത്തോടെ പറയുമായിരുന്നു. ആശാരിയുടെ മരപണി കാണുവാൻ അടുത്തിരിക്കുന്നത് എനിക്ക് വലിയ സന്തോഷമായിരുന്നു. സാധാരണയായി കുട്ടിആശാരിമാരോട് രാമുണ്ണി ആശാരി പണിക്കിടയിൽ സംസാരിച്ചിരുന്നത് ഞങ്ങളുടെ നാട്ടിലെ തറയ്ക്കൽ പറമ്പ് അമ്പലത്തിലെ ഉത്സവവുമായി ബന്ധപ്പെട്ട കാര്യങ്ങളായിരുന്നു. രാമുണ്ണി ആശാരിയുടെ വീടിനടുത്തായിരുന്നു തറയ്ക്കൽ പറമ്പ് അമ്പലം. കാളകളിയെ കുറിച്ചും, വെളിച്ചപ്പാടിന്റെ തുള്ളലിനോട് അനുബന്ധിച്ചുള്ള അരുളപ്പാടിനെ കുറിച്ചും, ഉത്സവത്തിന് ഉണ്ടായിരുന്ന ബാലെയെ കുറിച്ചുമൊക്കെ രാമുണ്ണി ആശാരി വിവരിക്കുന്നത് കേൾക്കുവാൻ നല്ല രസമായിരുന്നു. ഒരിക്കൽ രാമുണ്ണി ആശാരി പറഞ്ഞു: "ബാലെ കളിക്കിടയിൽ അയ്യപ്പനെ വയറ്റാട്ടി പുറത്തേക്കെടുത്തപ്പോൾ, സ്വാമിയേ! ശരണം... ശരണം... എന്ന് ഞാൻ അറിയാതെ പറഞ്ഞുപോയി കൊച്ചുട്ടാ." എനിക്ക് വലിയ അത്ഭുതം ഉണ്ടായി. അയ്യപ്പസ്വാമിയെ കുറിച്ചുള്ള ബാലെ കളിക്കുന്ന സ്റ്റേജിൽ വെച്ച് പ്രസവം നടക്കുമോ, എന്നതായിരുന്നു എന്റെ അത്ഭുത സംശയത്തിന് കാരണം. രാമുണ്ണി ആശാരി മരപണി പഠിക്കുവാൻ കൂടെ കൊണ്ടുവന്നിരുന്ന കൊച്ചുട്ടനോട് മരത്തിന് വേദന ഉണ്ടാകും എന്ന് പറയുന്നത് കേൾക്കുമ്പോഴും എനിക്ക് അത്ഭുത സംശയം ഉണ്ടാകാറുണ്ടായിരുന്നു.

വലിയ വൃക്ഷസ്നേഹിയായിരുന്നു രാമുണ്ണി ആശാരി. സ്വയമായി ജീവിക്കാനും, മറ്റുള്ളവർക്ക് ജീവിതം പടുത്തുയർത്താനും മാത്രം മരങ്ങളിൽ പണിചെയ്തിരുന്ന രാമുണ്ണി ആശാരി മരാസുരന്മാരുടെ ഇടയിലെ മാലാഖയായിരുന്നു.

അപ്പാപ്പൻ തറവാട്ട് പറമ്പ് ഭാഗം വെച്ചപ്പോൾ വഴിയോട് ചേർന്ന

കിഴക്കേ പറമ്പ് അപ്പന് കിട്ടി. ആ പറമ്പിലായിരുന്നു കടുമാവ്. തറവാട്ടു പറമ്പിലെ ഏറ്റവും അധികം മരങ്ങളുള്ള ഭാഗം അപ്പനാണ് ലഭിച്ചത്. എങ്കിലും, അപ്പൻ ഇടയ്ക്ക് പറയുമായിരുന്നു: "ഞാൻ വിത്തുപാകി മുളപ്പിച്ച് കുഴിച്ചിട്ട് നനച്ച് വളർത്തിയ മുവാണ്ടൻ, പ്രിയോർ, സേലം മാവുകൾ ഉള്ള തറവാട്ട് പറമ്പിന്റെ ഭാഗം കൊച്ചേട്ടന് പോയി." അപ്പന് അതിൽ പരിഭവം ഒന്നും ഉണ്ടായിരുന്നില്ല. "ദേസുട്ടി, കൊല്ലം മുഴുവൻ കായ്ക്കുന്ന കടുമാവ് നിനക്കുണ്ടല്ലോ" എന്ന് പറഞ്ഞ് കൊച്ചു വലിയപ്പൻ അപ്പനെ ആശ്വസിപ്പിക്കുമായിരുന്നു. അപ്പന്റെ കൊച്ചേട്ടനെ ഞങ്ങൾ മക്കൾ തൃശൂർ നസ്രാണി ഭാഷാ ശൈലിയിൽ 'കൊച്ചുവെല്യപ്പൻ' എന്നാണ് വിളിക്കുക. കൊച്ചുവെല്യപ്പൻ നല്ല കൂടപിറപ്പ് സ്നേഹം ഉള്ളവനായിരുന്നു. മാമ്പഴകാലത്ത് പ്രിയോർ, മുവാണ്ടൻ, സേലം മാവുകളുടെ മാങ്ങ പൊട്ടിച്ചു കഴിഞ്ഞാൽ ഒരു വട്ടകൊട്ടയിൽ ഞങ്ങളുടെ വീട്ടിലേക്ക് "ദേനാ, റോസ്സ്യേ, മക്കൾക്ക് പഴുപ്പിച്ച് കൊടുക്ക്" എന്ന് പറഞ്ഞ് മുവാണ്ടൻ മാങ്ങകളും, പ്രിയോർ മാങ്ങകളും, സേലം മാങ്ങകളും കൊച്ചുവെല്യപ്പൻ കൊണ്ടു വന്ന് തരുമായിരുന്നു. പ്രിയോർ മാങ്ങ കൊണ്ട് അമ്മ പച്ചതേങ്ങ അരച്ച് ചേർത്ത് ഒരു വിശേഷപ്പെട്ട മാങ്ങകറി ഉണ്ടാക്കുമായിരുന്നു. അതിന്റെ രുചി ഇപ്പോഴും എന്റെ നാവിൽ ഉണ്ട്.

ഞങ്ങളുടെ അടുക്കളയിൽ അനധികൃതമായി ആക്രമിച്ച് കയറി അത്താഴം എടുത്തെറിഞ്ഞും, ചെടികൾ പിഴുതെറിഞ്ഞും, കടുമാവിനെ വെട്ടി പരിക്കേൽപ്പിച്ചും സംഹാരതാണ്ഡവമാടിയ മരാസുരനെ കണ്ട് അപ്പാപ്പനും, അമ്മാമ്മയും ദുഃഖിച്ചു. അമ്മാമ്മ എന്റെ അമ്മയോട് പറഞ്ഞു: "റോസി പെണ്ണേ, നീ കരയല്ലെ, പിള്ളേർക്ക് ചോറും, കൂട്ടാനും ഞാൻ തറവാട്ടീന്ന് എടുത്തോണ്ടുവരാം." അത് കേട്ടപ്പോഴും അമ്മ കരഞ്ഞു. ഒരു പക്ഷെ, പെറ്റമ്മ വസൂരി വന്ന് മരിച്ച് പോയതിന്റെ ദുഃഖം മറക്കും മുമ്പ് കല്യാണം കഴിഞ്ഞ് എത്തിയ വീട്ടിലെ അമ്മായിഅമ്മയുടെ വാത്സല്യം കണ്ടിട്ടായിരിക്കും അമ്മ കരഞ്ഞത്.

അപ്പൻ മൂരികളുമായി വരുന്നതും നോക്കി അപ്പാപ്പൻ വീടിന്റെ മുൻവശത്തേക്കു പോയി. പിഴുത് എറിയപ്പെട്ട ചെടികൾ വേലിയിൽ നിന്ന് എടുത്ത് കൊണ്ടു വന്ന് വീണ്ടും അവയെ അപ്പാപ്പൻ കുഴിച്ചിടാൻ തുടങ്ങിയപ്പോഴേക്കും അപ്പൻ വന്നു. ആരോ പറഞ്ഞ് അപ്പൻ

വീട്ടിൽ നടന്ന മരാസുന്റെ ക്രിയാവിക്രിയകൾ അറിഞ്ഞിരുന്നു. അപ്പാപ്പനെ കണ്ടപ്പോൾ അപ്പൻ ചിരിച്ചു, എന്നിട്ട് പറഞ്ഞു: "അപ്പന് വെല്ല പ്രാന്തുണ്ടോ? ആ ചെടികളൊന്നും ഇനി വെക്കണ്ട. അതുണ്ടാവില്ല. വാസവന്റെ വീട്ടിൽ ഇനിയും ഉണ്ട് ഇവയെല്ലാം. അവനോട് ചോദിച്ചാൽ അവൻ ഇനിയും തരും. ഞാൻ അവ്ടന്ന് കുറച്ച് തുളസി തൈകൾ കൊണ്ടുവരാൻ പോകാനിരിക്കയായിരുന്നു."

എന്റെ അപ്പന്റെ അപ്പോഴത്തെ ചിരി! അതാണ് സാക്ഷാൽ ചിരി. അപ്പാപ്പനെ വിഷമിപ്പിക്കാതിരിക്കാൻ, എനിക്ക് ഇതിലൊന്നും വിഷമം ഇല്ല എന്ന് അറിയിച്ചുകൊണ്ടുള്ള ചിരി. അതാണ് മഹാത്മാഗാന്ധിയുടെ നാട്ടിൽ അഹിംസയിൽ അടിസ്ഥാനമിട്ട ഒരു ഗാന്ധിവാദിയുടെ ചിരി. ഒരു ചെകിട്ടത്ത് അടിക്കുമ്പോൾ മറ്റെ ചെകിടും കൂടി കാണിച്ചുകൊടുക്കാൻ ഉപദേശിച്ച യേശുവിന്റെ ഉദ്ബോധത്തിന്റെ ഉൾക്കാമ്പിന്റെ സുഗന്ധം പരത്തുന്ന ഒരു ഉത്തമ കത്തോലിക്കാ വിശ്വാസിയുടെ ചിരി.

അപ്പന്റെ ചിരി കണ്ട് അപ്പാപ്പൻ നെടുവീർപ്പിട്ടു. അപ്പാപ്പന് അറിയാം അപ്പനെ. അപ്പന്റെ ചിരിയുടെ ഉദ്ദേശവും അപ്പാപ്പൻ ഗ്രഹിച്ചിരുന്നു. അപ്പാപ്പൻ പറഞ്ഞു: "തിരുവാതിര ഞാറ്റുവേലയൊക്കെ കഴിഞ്ഞു. മഴക്കാലവും അവസാനിക്കാറായി. ഇനി അടുത്ത ഞാറ്റുവേലക്ക് വാസവന്റെ വീട്ടിൽ നിന്ന് ചെത്തി കൊമ്പ് കൊണ്ടുവന്നാൽ മതി." വാസവന്റെ വീട്ടിലെ കുലച്ചെത്തി ഒന്നു കാണേണ്ടതുതന്നെ ആയിരുന്നു. മഴക്കാലത്തിന്റെ ആരംഭത്തിൽ ഉരുണ്ട തീ പന്തങ്ങൾ പോലെ നിറയെ പൂത്തുനിൽക്കുന്ന കുലചെത്തി. അതിന്റെ കൊമ്പുകളാണ് അപ്പൻ ഞങ്ങളുടെ പുതിയ വീടിന്റെ മുൻവശത്ത് നട്ടിരുന്നത്. അപ്പൻ ഇടയ്ക്കിടയ്ക്ക് എന്നോട് പറയുമായിരുന്നു: "ബേബ്യേ...വണക്കമാസം വരുമ്പോളേയ്ക്കും പൂവുണ്ടാകും. നീ വേരു മൊളച്ചോ എന്നു നോക്കാൻ അതിനെ പറച്ചു നോക്കരുത്ട്ടാ..." എന്നെ വീട്ടിൽ ബേബി എന്നാണ് വിളിക്കുക.

"നിന്റെ മൂര്യോള് അവന്റെ നേന്ത്രവാഴ തിന്നേന്റെ കലികൊണ്ടാണ് അവൻ ഈ അതിക്രമങ്ങളൊക്കെ കാട്ടിയത്." അപ്പനോടായി അപ്പാപ്പൻ വിഷമത്തോടെ പറഞ്ഞു. "അപ്പനൊന്ന് മിണ്ടാണ്ടിരിക്ക്. രണ്ട് കൈകൾ കൂട്ടി അടിച്ചാലല്ലേ ഒച്ച വരൂ. ചെരങ്ങ് നുള്ളി സമുദ്രം ഉണ്ടാക്കാൻ ഞാൻ പോണ്ല്ല്യ. തമ്മിതല്ലിനേക്കാളും വല്യ കാര്യങ്ങളാ എന്റെ തലേല് ഇപ്പോൾ. വേലീം കോലും ഇല്ലാതെ

കിടക്കണെ പറമ്പിൽ വാഴ വെച്ചാൽ എന്താ ചെയ്യാ? മൂര്യോള് തീറ്റ കണ്ടാൽ വെറുതെ ഇരിക്യോ? ഞാനവന് തിന്ന് പോയ വാഴകളുടെ കാശ് കൊടുക്കാന്ന് പറഞ്ഞതാ. അവന്റെ ഉശിര് അവൻ കാണിച്ചു. മൂര്യോളെപോലെ ചവിട്ടാനും കുത്താനും വന്ന അവനോട് മല്ലിടാൻ ഞാനില്ല."

അമ്മ മൂന്നാമതും ഗർഭിണി ആയിരുന്നു. കൂർക്കയ്ക്കും, ചേമ്പിനും, ചെറുകിഴങ്ങിനും, കൊള്ളിയ്ക്കും വളം വെച്ച് മണ്ണിടേണ്ട സമയം ആയി തുടങ്ങിയിരുന്നു. വീട്ടിലെ ചോപ്പൻ മൂരിയുടെ കാലിൽ ഒരു വലിയ പുഴുക്കടി വ്രണമായി മാറിയിരുന്നു. മരാസുരനെ നേരിടുന്നതിലും നല്ലത് ഇതിലൊക്കെ ശ്രദ്ധിക്കുക എന്നതാണ് പ്രധാനപ്പെട്ടത് എന്ന് അപ്പൻ കണക്കു കൂട്ടി. ഉപകാരപ്രദമായ വലിയ കാര്യങ്ങളിലേക്ക് അകകണ്ണു കൊണ്ടുള്ള എത്തി നോട്ടം നമ്മുടെ പ്രതികരണങ്ങളെ വിവേകമുള്ളതാക്കി തീർക്കും എന്ന് അപ്പന് അറിയാമായിരുന്നു. അപ്പാപ്പനോട് അപ്പൻ പറഞ്ഞു:"പിള്ളേര്ടെ പേടി ഒന്ന് പോട്ടെ...അത് വീണ്ടും വീണ്ടും പറഞ്ഞ് പിള്ളേര് ഞെട്ടണ്ട." അപ്പൻ പറഞ്ഞത് കേട്ട്കഴിഞ്ഞപ്പോൾ അപ്പാപ്പൻ എന്നെ വിളിച്ചു: "പാപ്പു." എന്നിട്ട് മടിയിലിരുത്തി എന്റെ നെറ്റിയിൽ അപ്പാപ്പൻ കുരിശു വരച്ചു കൊണ്ട് പറഞ്ഞു: "പേടിക്കണ്ട...അങ്ങോട്ട് വരുമ്പോ തെങ്ങും ചക്കര തരാട്ടോ." അപ്പാപ്പന്റെ നെഞ്ചോട് ഞാൻ ചേർന്നിരുന്നു. ഒരു പ്രത്യേക ചൂട് ഞാൻ അനുഭവിച്ചത് ഓർക്കുന്നു. രക്തബന്ധത്തിന്റെ ചൂടായിരുന്നു അതെന്ന് ഇപ്പോൾ ഞാൻ മനസ്സിലാക്കുന്നു. മരാസുരനെ കണ്ടപ്പോഴുണ്ടായ പേടി മാറാൻ അപ്പാപ്പൻ എന്റെ നെറ്റിയിൽ കുരിശു വരച്ചപ്പോൾ തലമുറ തലമുറയായി കൈമാറി വന്ന ക്രിസ്തു വിശ്വാസത്തിൽ അടിസ്ഥാനമിട്ട തറവാട്ടു മഹിമയുടെ താപസ്പർശം ഏൽക്കുവാനുള്ള ഭാഗ്യം എനിക്കു കൈ വന്നു. അപ്പോഴേക്കും ചോറും മീൻ കൂട്ടാനുമായി അമ്മാമ്മ ഞങ്ങളുടെ വീട്ടിൽ എത്തിക്കഴിഞ്ഞിരുന്നു.

വീടിന്റെ മുൻവശത്തുള്ള കരിശിന്മേൽ മൂരികളെ കെട്ടുന്നതിനിടയിൽ അപ്പാപ്പനോട് വളരെ സമചിത്തതയിൽ സംസാരിച്ച അപ്പൻ, അടുക്കള വാതിൽക്കൽ ഭക്ഷണവുമായി വന്നു നിൽക്കുന്ന അമ്മാമ്മയെ കണ്ടപ്പോൾ വിതുമ്പി. എന്റെ അപ്പന് സംസാരിക്കുമ്പോൾ ജന്മനാ വിക്കുണ്ടായിരുന്നു. വിതുമ്പി വിതുമ്പി വിക്കലോടെ അമ്മാമ്മയോട് അപ്പൻ പറഞ്ഞു: "എന്നാലും എന്റെ അമ്മേ, അമ്മ

തന്ന കലങ്ങളാണല്ലോ അവൻ എടുത്തെറിഞ്ഞ് അത്താഴം കാട്ടികളഞ്ഞത്." അമ്മാമ്മ കരഞ്ഞു. അമ്മാമ്മയുടെ ചട്ടയിൽ കണ്ണീരു വീണു. അമ്മാമ്മ മൂക്കു ചീറ്റി ഉടുമുണ്ടിന്റെ ഞൊറിയിൽ തുടച്ചു. ഗർഭവയർ കാരണം കുനിയാൻ പറ്റാത്തതുകൊണ്ട് അമ്മ മൂരികൾക്ക് കാലുകൊണ്ട് പുല്ലുകൂട്ടിലേക്ക് പടിഞ്ഞാറെ ഇറയത്തു നിന്ന് വൈക്കോൽ തട്ടിയിട്ട് കൊടുക്കുകയായിരുന്നു.

വർഷങ്ങൾക്കുശേഷം എന്റെ അറുപതാം പിറന്നാളിന്റെ അടുത്തൊരു ദിവസം ഞാൻ താമസിക്കുന്ന ആശ്രമത്തിന്റെ അടുക്കളയിൽ ചെന്ന് എന്റെ പ്രമേഹ പത്ഥ്യ കഞ്ഞി പ്രഷർ കുക്കറിൽനിന്ന് സ്റ്റീൽ പോണിയിലേക്ക് ഞാൻ പകർത്തി കൊണ്ടിരിക്കുമ്പോൾ, ആശ്രമത്തിലെ മുഖ്യ പാചകക്കാരി എന്റെ കഞ്ഞിയിലേക്ക് അവളുടെ കൈ കഴുകി ഒഴിച്ചു. ഞാൻ പ്രമേഹ രോഗിയായതുകൊണ്ട് എനിക്കായി സൂചി ഗോതമ്പ് കഞ്ഞി ശരിപ്പെടുത്തി വെയ്ക്കുമായിരുന്നു. അതു പാകം ചെയ്ത് വെച്ചത് വളരെ വാത്സല്യമുള്ള അടുക്കള സഹായി ചേച്ചിയായിരുന്നു. ആശ്രമത്തിലെ അന്തേവാസിയായ വൈദികനായ എന്റെ പത്ഥ്യ ഭക്ഷണത്തിലേക്ക് ഞാൻ കാൺകെ ഒരുത്തി കൈ കഴുകി ഒഴിച്ചു! അവളുടെ അവിഹിതങ്ങൾ ഞാൻ ദിവസങ്ങൾക്കു മുമ്പ് കണ്ടുപോയി. അവൾക്ക് ആശ്രമത്തിലെ ഉന്നതന്മാരുമായി പിടുത്തമുണ്ടായിരുന്നു. മാത്രവുമല്ല, അവളുടെ മുമ്പിൽ വെച്ച് 'നീ പോടാ' എന്നൊക്കെ എന്നോട് അകാരണമായി ആക്രോശിച്ചിട്ടുള്ള ആശ്രമ ഉന്നതന്റെ പക്കൽ അവൾക്ക് പിടുത്തം ഉണ്ടായിരുന്നതുകൊണ്ട് കൂടിയാണ് ഇത്ര നീചത്തരം എന്നോട് അവൾ കാണിച്ചത്. ഞാൻ ഒന്നും തന്നെ അവളോട് കാര്യമായി പ്രതികരിച്ചില്ല. ആ സമയത്ത് എന്റെ മനസ്സിലൂടെ കടന്നുപോയത് ഞങ്ങളുടെ അടുക്കളയിൽ കയറി അത്താഴം കലത്തോടു കൂടി എറിഞ്ഞു കളഞ്ഞ മരാസുരനോട് എന്റെ അപ്പനും അമ്മയും പ്രതികരിച്ച രംഗമായിരുന്നു. ജീവിച്ചു പോകണമെങ്കിൽ കണ്ണടയ്ക്കുകയും, നാവ് അടയ്ക്കുകയും, ചില പ്രതിമകളിൽ കാണുംപോലെ കരുത്തുള്ള കൈകൾ ആണെങ്കിലും, അവയെ തുടയോട് ചേർത്തുവെയ്ക്കുകയും വേണം. എന്റെ അപ്പൻ സ്വന്തം അമ്മയുടെ മുമ്പിൽ വിതുമ്പിയതുപോലെ കർമ്മല മാതാവിന്റെ തിരുസ്വരൂപത്തിന്റെ മുമ്പിൽ ചെന്ന് ഞാനും വിതുമ്പി. കർമ്മല അമ്മയോട് ഞാൻ പറഞ്ഞു: "അമ്മേ! ഒരു കിച്ചൻകാരി എന്നോട് ഇത്ര ചെയ്യണമെങ്കിൽ

അവൾക്ക് എത്ര പിൻബലം ഉണ്ട് ഇവിടെ?" പതിനഞ്ചു വയസ്സിൽ വൈദികനാകണം എന്ന ആശയോടെ വീടും വീട്ടുകാരേയും ഉപേക്ഷിച്ചു വന്നവർ പലപ്പോഴും പതറി പോകുന്നതും, പ്രലപിക്കുന്നതും സന്യാസ ജീവിതത്തിൽ കണ്ടുമുട്ടുന്ന ഇത്തരം മൂശേട്ടകളുടെ മുൻപിലാണ്. ആരുണ്ടിവിടെ ചോദിക്കാൻ? വേലി തന്നെ വിളവ് തിന്നുന്നു. അധികാരം അധികം കാരുവാൻ ഉള്ളതായി തീരുന്നു. കാർന്നു തിന്നപ്പെടുന്ന ജീവിതം ആണെങ്കിലും, കരളിൽ കരത്തുള്ളതുകൊണ്ട് അതിജീവിച്ചു പോകുന്നു. ഇത്തരം അധികാരികളുടെ ഇഷ്ടക്കാരായ ആശ്രമജോലിക്കാർ ചില ആശ്രമാംഗങ്ങളെ വല്ലാതെ കഷ്ടപ്പെടുത്തുന്നത് നിത്യ സംഭവങ്ങളാണ്. ഒരിക്കൽ ഈ വേലക്കാരി മറ്റുള്ള വേലക്കാരികളോട് എന്നെക്കുറിച്ച് പറഞ്ഞു: "അയാളെ അധികം വൈകാതെ ഇവിടെനിന്ന് സ്ഥലം മാറ്റിപ്പിക്കും. അയാൾ പറഞ്ഞ് നടക്കണത് എന്നെ ജോലിയിൽ നിന്ന് പിരിച്ച് വിടുമെന്നാണ്. ആരാണ് ഇവ്ടന്ന് ആദ്യം പോണതെന്ന് നിങ്ങൾക്ക് കാണാം." എന്നെപ്രതി നിങ്ങൾ വെറുക്കപ്പെടും എന്ന് കർത്താവ് പറഞ്ഞത് ഇന്നും അർത്ഥവത്താണ്. ഡയോക്ലീഷിനേക്കാളും നീറോയേക്കാളും നേരും നെറിവും ഇല്ലാത്ത അധികാര കോമരങ്ങൾ ധാരാളമായി സന്യാസ ജീവിതത്തിൽ ഉണ്ട് എന്നുള്ളത് പച്ചയായ പരമാർത്ഥമാണ്. ഇത്തരം അധികാരികളുടെ കൊട്ടേഷൻ സ്വീകരിച്ച് അവരുടെ തണലിൽ ഇല്ലിയായി പൊങ്ങി തഴയ്ക്കുന്ന പുല്ലുകളുണ്ട്. പുലിയായി മാറുന്ന പൂച്ചകളുണ്ട്. ഞാൻ സൂചിപ്പിച്ച കിച്ചൻ കാരി ഇത്തരത്തിലുള്ളവളാണ്. അവൾ എന്റെ മുമ്പിൽ മാരകമുൾ മുനകൾ നിറഞ്ഞ ഉശിരൻ പടുമുളയായും, ഈറ്റപുലിയായും മാറിയത് അവൾക്ക് ഉന്നതങ്ങളിൽ പിടുത്തം ഉള്ളതുകൊണ്ടാണ്. ഇവരെ പോലെയുള്ളവരെ കുറിച്ചുള്ള പരാതികൾക്കൊന്നും സാധാരണയായി പരിഹാരങ്ങൾ ഉണ്ടാകാറില്ല. മേലധികാരികളോട് പറഞ്ഞാൽ അവർ പറയുക : 'അത് അവിടെ ലോക്കൽ സ്ഥാപനത്തിൽ ചർച്ച ചെയ്ത് തീർക്കേണ്ടതാണ്" എന്നാണ്. ലോക്കൽ അധികാരികളുടേയും, മേലധികാരികളുടേയും, മേൽ സൂചിപ്പിച്ച ആശ്രമ ജീവനക്കാരുടേയും ഒത്തുകളികളിൽ ഒറ്റപ്പെട്ടു പോകുന്നു പലപ്പോഴും സാധുക്കളായ സന്യാസ പക്ഷക്കാർ. യേശു പറഞ്ഞ ദുഷിച്ചതും, വഴിപിഴച്ചതുമായ തലമുറയുടെ ആധുനിക രൂപങ്ങളാണ് ഈ ഒത്തുകളിക്കാർ. ചെറിയ കാര്യങ്ങളിൽ ശ്രദ്ധിക്കാത്തത്

വലിയ വീർപ്പുമുട്ടലുകൾക്കും, പൊട്ടിത്തെറികൾക്കും വഴിയൊരുക്കുന്നു. ഏശയ്യാ പ്രവാചകൻ പറഞ്ഞതുപോലെ ഇടപെടുവാൻ ആരുമില്ലാത്തതിനാൽ ഇത്തരം സാഹചര്യങ്ങളിൽ ദൈവം ആശ്ചര്യപ്പെടുന്നു. ദൈവവിചാരത്തേക്കാൾ അധികമായി സ്വാർത്ഥവിചാരങ്ങളിൽ ജീവിക്കുന്ന അധികാരികൾക്ക് ദൈവത്തിന്റെ ആശ്ചര്യദുഃഖത്തിന് എന്ത് പ്രാധാന്യം? അവർ പ്രധാനമായും അവരുടെ അധികാര മേലാപ്പുകളുടെ തൊങ്ങലുകൾ കൂടുതൽ അലംകൃതമാക്കുന്നതിനും, ബഹുമാനാദരവുകൾ നിറയ്ക്കുവാനുള്ള പാത്രങ്ങളായി വാവട്ടവും, ആഴവും കൂട്ടുന്ന തിരക്കിലുമാണ്. അതുകൊണ്ട് ഇത്തരക്കാരിൽ നിന്ന് നന്മയായിട്ട് ഉള്ളതൊന്നും ഉണ്ടാകില്ല. അധികാരികളെ സംരക്ഷിക്കുന്ന അധികാരികളും, അധികാരികളെ സൃഷ്ടിക്കുന്ന അധികാരികളുമായ ഇവരിലൂടെ സ്ഥാപനങ്ങളും, കോർപ്പറേറ്റ് കൊളോണിയിലിസ ഫ്യൂഡലിസവും വളരുന്നു; മാനവ മൂല്യങ്ങൾ മൃതിയടയുന്നു.

ഇത്തരം അധികാര കോമരങ്ങൾ ഉറഞ്ഞുതുള്ളുന്ന ഒളിതാവളങ്ങളാകാൻ ആത്മീയ ആവാസ കേന്ദ്രങ്ങൾ പലപ്പോഴും വേദികളാകുന്നു. ഞെരിഞ്ഞിൽ തഴച്ച് വളർന്ന് ജീവിതങ്ങളെ ഞെരിക്കുന്നു. ഇവരുടെ കീഴിൽ മരാസുരന്റെ ആധുനിക ആദ്ധ്യാത്മിക രൂപങ്ങൾ ജന്മമെടുക്കുന്നു. ഞെരിഞ്ഞിലും, മരാസുരന്മാരും നയിക്കുന്ന ആത്മീയ സാധനകൾ. മനുഷ്യനെ സാധനങ്ങളാക്കുന്ന സാധനകൾ!

അദ്ധ്യായം - 4

മയിൽപീലിമാവും ചകിരിമാവും

ഞങ്ങളുടെ വീടിന്റെ പടിഞ്ഞാറ് എതയോട് ചേർന്ന് മൂന്ന് കൂറ്റൻ മാവുകൾ ഉണ്ടായിരുന്നു. അവ മയിൽപീലിമാവും, ചകിരി മാവും, നാട്ടുമാവും ആയിരുന്നു. ശിഖരങ്ങൾ താഴെയൊന്നും ഇല്ലാതെ വളരെ ഉയരത്തിൽ നിറയെ ഇലകളുമായി നിന്നിരുന്ന ഈ മാവുകൾ കുട്ടിക്കാലത്ത് എനിക്ക് വളരെ ഇഷ്ടപ്പെട്ട കാഴ്ച കൾ ആയിരുന്നു.

ഞാൻ ഏകദേശം ആറ് വർഷങ്ങളോളം കുന്നംകുളം ഗുഡ്ഷെ പ്പേർഡ് ആശ്രമത്തിൽ താമസിച്ചിട്ടുണ്ട്. ധാരാളം വിശേഷപ്പെട്ട മാവുകൾ അവിടെ ഉണ്ടായിരുന്നു. അതിൽ ക്രീപ്പർ എന്ന് പേരുള്ള ഒരു മാവ് ഉണ്ടായിരുന്നു. ഒരു ആപ്പിളിന്റെ രൂപത്തിൽ ആയിരുന്നു ക്രീപ്പർ മാവിന്റെ മാങ്ങ. പഴുത്ത് കഴിഞ്ഞാൽ ചെറിയ ചുവപ്പു നിറം ഉണ്ടാകും. നല്ല സുഗന്ധവും. മാങ്ങയുടെ ഉള്ള് പുഴുങ്ങിയ കോഴി മുട്ടയുടെ മഞ്ഞകരു നിറത്തിൽ ആയിരിക്കും. വളരെ സ്വാദുള്ളതാ യിരുന്നു ക്രീപ്പർ മാങ്ങ. ക്രീപ്പർ മാങ്ങ എന്നിൽ ഞങ്ങളുടെ പറമ്പി ലെ മയിൽപീലി മാങ്ങയുടെ ഓർമ്മ ഉണർത്തുമായിരുന്നു.

ചകിരിമാവിന്റെ നിറം കറുപ്പ് ആയിരുന്നു. വളരെ ഉയരത്തിൽ പോയിരുന്ന ചകിരിമാവിന്റെ തൊലി ചുരുണ്ടു കൂടിയ അവസ്ഥ യിൽ ആയിരുന്നു. ചകിരിമാവിന്റെ മാങ്ങ വളരെ രുചി ഉള്ളതായി രുന്നു. സ്വൽപ്പം നീളത്തിലുള്ളതായിരുന്നു മാങ്ങ. ചകിരിമാങ്ങ തിന്നാൽ പല്ലു വേദനിക്കുമെന്ന് അമ്മാമ്മ പറഞ്ഞുതരുമായിരുന്നു. അതിന്റെ കാരണം, അതിന്റെ നാരുകൾ മുഴുവൻ പല്ലുകൾക്കിട യിൽ പിടിക്കുമായിരുന്നു. ചകിരിമാവ് എന്ന് പേരുണ്ടായത് അതി ന്റെ മാമ്പഴത്തിൽ സമൃദ്ധമായി ഉണ്ടായിരുന്ന നാരുകൾ കൊണ്ടാ യിരിയ്ക്കാം. ഇന്ന് ഇത്തരം നാടൻ വിഭവങ്ങളൊക്കെ നമ്മുടെ

ഭക്ഷണ ശീലങ്ങളിൽ നിന്ന് വലിയ പരിധി വരെ ഇല്ലാതെ വന്നിരിക്കുന്നു. അതുകൊണ്ട്, ഉദരസംബന്ധമായ പ്രശ്നങ്ങൾക്ക് ഫൈബർ ചേരുവകളുള്ള മരുന്നുകളെ ആശ്രയിക്കേണ്ട അവസ്ഥ കൂടികൂടി വരുന്നു.

നാട്ടുമാവിന്റെ കയ്യെത്തും മുകളിൽ വെച്ച് രണ്ടായി പിരിയുന്ന കവരം ഉണ്ടായിരുന്നു. മാവിൽ നിറയെ ചിറ്റമൃത് വള്ളികൾ വളർന്നിരുന്നു. മുകളിൽ നിന്ന് താഴോട്ട് തൂങ്ങി കിടന്നിരുന്ന ചിറ്റമൃത് വള്ളികൾ എന്നിൽ വലിയ അത്ഭുതം ഉളവക്കിയിരുന്നു. ഇലകൾ ഇല്ലാത്ത വള്ളികൾ ആയിരുന്നു ചിറ്റമൃത് വള്ളികൾ. കഷായത്തിനും, എണ്ണ മുറുക്കാനുമൊക്കെ ഞങ്ങളുടെ പറമ്പിൽ പലരും വന്ന് ചിറ്റമൃതിന്റെ വേരും, വള്ളികളും കൊണ്ടു പോകുമായിരുന്നു. ഈ മാവുകൾക്കൊപ്പം മൂന്ന് വലിയ വട്ടൻമാവുകൾ, കശുമാവുകൾ, ഒരു പ്ലാവ്, ഒരു വലിയ മുരുക്ക് എന്നിവയൊക്കെ ഞങ്ങളുടെ പറമ്പിൽ ഉണ്ടായിരുന്നു. എന്റെ കോളേജ് പഠനം മദ്ധ്യപ്രദേശിലെ സാഗാറിൽ ആയിരുന്നു. ഡോ. ഹരിസിംഗ്ഗൗർ വിശ്വവിദ്യാലയത്തിലെ എന്റെ ബി.എ. ഹിന്ദി ക്ലാസിൽ പ്രൊ. ദുബെജി ഭക്തകവി കബീർദാസിന്റെ വൃക്ഷവുമായി ബന്ധപ്പെട്ട ശ്ലോകം പഠിപ്പിച്ചപ്പോൾ, ഞങ്ങളുടെ പറമ്പിൽ ഉണ്ടായിരുന്ന മരങ്ങളെ ഓർത്ത് ഞാൻ ആരും കാണാതെ സങ്കടപെട്ടിട്ടുണ്ട്. കബീർ ശ്ലോകം മലയാളത്തിൽ ഇങ്ങനെ എഴുതാം: "പന പോലെ വലുതായിട്ടെന്ത് പ്രയോജനം? പന ഒരു മരമാണെങ്കിലും പറവയ്ക്കുണ്ടോ അതിന്മേൽ അഭയം? ഫലങ്ങളോ പറയ്ക്കുവാൻ പറ്റാത്ത വിധത്തിൽ വളരെ ഉയരത്തിലും."

മദ്ധ്യപ്രദേശിലെ തരിശുഭൂമികളിൽ സമൃദ്ധമായി കാണുന്ന ഒരു തരം പന ഉണ്ട്. വളരെ ഉയരത്തിൽ പോകും ഈ പന. അടയ്ക്കാമരം പോലെ. അറ്റത്ത് കുറച്ച് ഇലകൾ കാണും ഈന്തൽ പട്ടപോലെ. ഈന്തൽ പട്ടയുടെ ഭംഗി ലവലേശം പോലും ഇല്ലാത്ത ഈ പനയിലകളുടെ അറ്റത്ത് സൂചിമുന പോലെ കൂർത്തമുള്ളുകൾ ഉണ്ട്. പക്ഷികൾക്ക് ചേക്കേറാനും, വിശ്രമിക്കാനും ഈ മരങ്ങൾ തണലോ, കൊമ്പുകളോ നൽകുകയില്ല. ലൂവിക്കായുടെ നിറത്തിലും വലുപ്പത്തിലും ഇതിന്മേൽ കായ്കൾ ഉണ്ടാകും. വളരെ ഉയരത്തിൽ നിൽക്കുന്ന ഈ പനമരങ്ങളുടെ ഫലങ്ങൾ ഭക്ഷ്യയോഗ്യമ

ല്ല; പറിച്ചെടുക്കുവാനും എളുപ്പമല്ല. ഇത്തരം പനമരങ്ങളെ ഉദ്ദേശിച്ചാണ് കബീർദാസ് മേൽ സൂചിപ്പിച്ച ശ്ലോകം എഴുതിയത്.

ഞങ്ങളുടെ പറമ്പിലെ മരങ്ങൾ കബീർ ശ്ലോകത്തിലെ പനമരത്തിൽ നിന്നും തികച്ചും വിഭിന്നമായിരുന്നു. മയിൽപീലി മാങ്ങ നല്ലവണ്ണം മൂത്ത് ചെനച്ച് കഴിഞ്ഞാൽ, തത്തകൾ കൂട്ടംകൂട്ടമായി വന്ന് കലപില കൂട്ടി മാങ്ങ തിന്നു തുടങ്ങും. ഒരിക്കൽ മയിൽപീലി മാവിന്റെ പൊത്തിൽ തത്ത കുഞ്ഞുങ്ങൾ ഉണ്ടെന്നും പറഞ്ഞ്, മാങ്ങ പൊട്ടിയ്ക്കുവാൻ വന്ന കുഞ്ഞിപാലി ചേട്ടനോട് അതിൽ കയറേണ്ട എന്ന് അപ്പൻ പറഞ്ഞത് ഓർക്കുന്നു. തത്തകുഞ്ഞുങ്ങൾക്ക് ഹാനിയൊന്നും ഉണ്ടാകാതിരിക്കണം എന്നുള്ളതായിരുന്നു അപ്പന്റെ ഉദ്ദേശം.

ചകിരിമാവിന്മേൽ ഉടുമ്പ് ഉണ്ടെന്ന് അമ്മ പറയാറുണ്ട്. ഉണങ്ങിയ മാവിലകളെ ഞങ്ങൾ ഉണക്ക ചവറ് എന്ന് പറയും. അത് അടിച്ചുവാരി വലിയ കുട്ടയിൽ ആക്കി വീട്ടിൽ അടുക്കളയുടെ പുറത്തുള്ള വലിയ അടുപ്പിന്റെ അടുത്ത് കൊണ്ടുവന്ന് ഇടും. ഈ ഉപയോഗത്തിനായി വലിയ മുളയളികുട്ട ഞങ്ങളുടെ വീടുകളിലൊക്കെ ഉണ്ടായിരുന്നു. ചവറുകൊട്ട എന്നാണിതനെ പറയുക. ഈ ചവറുകൊണ്ടാണ് നെല്ല് പുഴുങ്ങുക. ഒരു വടി ഉപയോഗിച്ച് സ്വല്പം സ്വല്പം ചവറ് അടുപ്പിലേക്ക് കത്തിക്കാൻ നീക്കികൊണ്ടിരിക്കും. കശുവണ്ടി, ചക്കകുരു, പുളിങ്കുരു തുടങ്ങിയതൊക്കെ ഇതിന്റെകൂടെ ചുട്ടെടുക്കാറും ഉണ്ട്. ചകിരിമാവിന്റെ ഇത്തരത്തിലുള്ള ചവറ് അടിക്കാൻ പോയപ്പോഴാണ് അമ്മ ഉടുമ്പിനെ കണ്ടത്. കാട്ടുമുയല് കശുമാങ്ങ തിന്നുന്നത് ദൂരെ നിന്ന് ഞാൻ കണ്ടു രസിക്കാറുണ്ട്. ചോര നിറത്തിലുള്ള ഓന്ത്, മിനുസമുള്ള ചിതമ്പലോടുകൂടിയ അരണ, കറുത്ത നിറത്തിലുള്ള വലിയ തേരട്ട ഇവരൊക്കെ ഈ മാവുകളുടെ പരിസരങ്ങളിൽ പാത്തും പതുങ്ങിയും വരുകയും പോകുകയും ചെയ്യുന്നത് ഞാൻ ശ്രദ്ധിക്കാറുണ്ട്. പ്ലാവിൻ ചുവട്ടിൽ ചാരി വെച്ചിരുന്ന കൊള്ളിതണ്ടിന്റെ കടഭാഗത്തുള്ള കിഴങ്ങിന്റെ മുറിഭാഗം തിന്നാൻ വരുന്ന അണ്ണാന്മാരുടെ ചിലയ്ക്കലും, വാൽ പൊക്കി കൊണ്ടുള്ള ഓട്ടവും, ഒക്കെ നോക്കിയിരിക്കുക എന്നതും എനിക്ക് വളരെ രസകരം ആയിരുന്നു.

ഒരു ദിവസം സന്ധ്യാപ്രാർത്ഥന കഴിഞ്ഞപ്പോൾ അമ്മയോട് അപ്പൻ പറഞ്ഞു: "അങ്ങേർക്ക് ആ കാശ് ഉടനെ വേണം എന്ന്

ചന്തേല് വെച്ച് വറതേട്ടൻ പറഞ്ഞു. എനിക്കൊരു പാങ്ങും ഇല്ല. മാവോള് മുറിക്കുക തന്നെ." അമ്മ മറുപടി പറഞ്ഞത് ഇങ്ങനെ: "എന്റെപ്പാ, നേരം ഇല്ലാത്ത നേരത്ത് വന്ന് മനുഷ്യനെ അരാശം മൂട്ടിച്ച് കോഴിനേം കൊന്ന് വെച്ച് വെളമ്പി കൊടത്തിട്ട് ഇപ്പോ ഇങ്ങനെ ആയോ?" അമ്മയുടെ ഒരു അടുത്ത ബന്ധുവിന്റെ കയ്യിൽ നിന്ന് അപ്പൻ കുറച്ച് പണം കടം വാങ്ങിയിരുന്നു. ആ ബന്ധു ആങ്ങള മാസത്തിൽ രണ്ട് തവണ എങ്കിലും വീട്ടിൽ വരുമായിരുന്നു. രാത്രി എട്ടുമണിയോട് അടുത്താണ് വരാറുള്ളത്. നല്ല വണ്ണം കള്ള് കുടിച്ചിട്ടാണ് വരുക. അങ്കമാലിക്കടുത്ത് നാടുള്ള അയാൾ ഞങ്ങളുടെ വീട്ടിൽ വന്നു കേറുമ്പോൾ തന്നെ അമ്മയോട് ഒരു കൊതിചോദ്യം ഉണ്ട്. "എടീ റോസ്സ്യേയ്...കോഴീകൂട് അടച്ചോടി?" മുഖത്ത് സ്വാഭാവികമായി വരുവാൻ അസാദ്ധ്യമായ ചിരി ഒരു കണക്കിന് വരുത്തികൊണ്ട് അമ്മ പറയും: " അളിയനായി ആങ്ങള ഒന്നും രണ്ടും പറഞ്ഞ് ഇരിക്ക്. ഊണ് ഇപ്പോ റെഡ്യാക്കാം." പിന്നെ അമ്മയ്ക്ക് ഓട്ടപാച്ചിലാണ്. കോഴികറിയോടു കൂടിയ അത്താഴം ശരിപ്പെട്ടു കഴിഞ്ഞാൽ അപ്പനോട് അമ്മ പറയും: "നിങ്ങള് ഒന്ന് ഇങ്ങോട്ട് വന്നേൻ, രണ്ട് എല വെട്ടി വാ. ചോറ് ശര്യായി."

ഇങ്ങനെ കഷ്ടപ്പെട്ട് പലവട്ടം സദ്യ ഒരുക്കി തീറ്റിപ്പിച്ച ബന്ധു ആങ്ങളയുടെ അയൽക്കാരൻ വറതേട്ടൻ അങ്കമാലിയിൽ നിന്ന് പോർക്കിറച്ചി കച്ചവടത്തിന് ഇരിങ്ങാലക്കുട ചന്തയിൽ വന്നപ്പോളാണ് കടം വാങ്ങിയ പണം ഉടനെ കൊണ്ടുചെന്ന് കൊടുക്കുവാനുള്ള സന്ദേശം അപ്പന് കൊടുത്തത്.

മാവുകൾ വെട്ടുന്ന കാര്യം കേട്ടപ്പോൾ അമ്മയ്ക്ക് അരിശവും കരച്ചിലും ഒരുമിച്ച് വന്നു. അത്താഴം ഉണ്ണുമ്പോൾ അമ്മ എന്നോടായി അടുക്കളയിൽ വെച്ച് പറഞ്ഞു: "നീ കേട്ടോ? നമ്മുടെ മാവുകൾ വെട്ടാൻ പോകാണ്ന്ന്. എന്താ ചെയ്യാ മോനെ? വേറെ ഒരു വഴിയും ഇല്ല നമ്മുടെ അപ്പന് കടം വാങ്ങിയ കാശ് തിരിച്ച് കൊടുക്കാൻ." ഞാനും അമ്മയും ഒരുമിച്ച് നെടുവീർപ്പിട്ടു. അന്ന് രാത്രിയിൽ അപ്പൻ ഉറങ്ങിയില്ല എന്ന് എനിക്ക് തോന്നി. അപ്പൻ വലിയ വലിയ കോട്ടുവായ ഇടുന്നത് ഞാൻ പലവട്ടം ശ്രദ്ധിച്ചു. ഞാനും അധികം ഉറങ്ങിയില്ല. ഇനി ജോസിന്റെയും, എൽസിയുടെയും കൂടെ അമ്പസ്താനി കളിക്കാൻ പറ്റില്ല. അല്ലിയും, വെറോനിക്കയും

ഒക്കെ ഒരുമിച്ച് മാവുകളുടെ പുറകിൽ മറഞ്ഞു നിന്നുകൊണ്ടുള്ള ഒളിച്ചുകളി നടക്കില്ല. പടിഞ്ഞാറ് മനയ്ക്കലെ വലിയ നമ്പൂതിരിയുടെ മകൻ മഹേന്ദ്രന്റെ കയ്യിൽ നിന്ന് കിട്ടിയ കൊണ്ടാട്ടം മുളകിന് പകരം മയിൽപീലി മാങ്ങ തരാം എന്ന് പറഞ്ഞത് നിറവേറ്റുവാൻ എനിക്ക് പറ്റില്ല എന്ന് ഓർത്തും ഞാൻ സങ്കടപ്പെട്ടു.

രാവിലെ അമ്മ എന്നോട് പറഞ്ഞു: "മോൻ പോയി ഉണ്ണീലിയോട് പണിക്ക് വരാൻ പറയ്. മാവ് വെട്ടാൻ വേലൻ മണിയും, മ്മ്ടെ തൊമ്മിചേട്ടനും, കൂടെ രണ്ട് പേരും ഉണ്ടാകും. പണിക്കാർക്ക് ചോറ് കൊടുക്കണം. എന്നെകൊണ്ട് തനിയെ പറ്റില്ല." ഉണ്ണീലിയുടെ വീട്ടിൽ ഞാൻ ചെന്ന് കാര്യങ്ങൾ പറഞ്ഞു. ഉണ്ണീലി കല്യാണം കഴിച്ചിട്ടില്ല. വീടിന്റെ പടിഞ്ഞാറു വശത്തുള്ള പടന്നകണക്ക കോളനിയിലെ ഉണ്ണീലി ഞങ്ങളുടെ വീട്ടിലെ ഒരു അംഗം പോലെ ആയിരുന്നു. അമ്മയുടെ വലിയ സുഹൃത്തായിരുന്നു ഉണ്ണീലി. എന്നെ കണ്ടപ്പോൾ ഉണ്ണീലി എന്റെ താടിയിൽ പിടിച്ച് കൊണ്ട് പറഞ്ഞു: "റോസി മാപ്ലിച്ചീടെ അതേ മുഖം. മോനിവിടെ നിൽക്ക്. ഞാൻ മോന്റെ കൂടെ വരാം. മൂര്യോള് പാടത്തേക്ക് പോണ നേരായി. തനിച്ച് പോണ്ട." ഉണ്ണീലി രണ്ടാം മുണ്ട് തോളത്തിട്ട് എന്റെ കൂടെ പോന്നു. വീട്ടിൽ എത്തുവോളം ഉണ്ണീലി എന്റെ തലയിൽ തലോടികൊണ്ടിരുന്നു. ഇടയ്ക്കു വെച്ച് ഉണ്ണീലി പറഞ്ഞു: "മാപ്ലാരുടെ കുട്ടികാലത്തെ മുട്യാണ് എന്റെ മോന്. ചീർപ്പ് കടക്കാത്ത മുടി. പത്തിരുപത്തഞ്ച് വയസായപ്പോ മാപ്ലാരുടെ മുട്യൊക്കെ പോയി...പെട്ടയായി. എന്റെ മോന് അതൊന്നും വരത്തല്ലേ എന്റെ തറയ്ക്ക മുത്തി." മക്കളില്ലാത്ത ഉണ്ണീലിയുടെ വാത്സല്യം ഞാൻ കുറെ അനുഭവിച്ചറിഞ്ഞിട്ടുണ്ട്. ക്രിസ്ത്യാനി ചെറുക്കനായ എനിക്ക് വേണ്ടി കണക്ക സ്ത്രീയായ ഉണ്ണീലി, നാട്ടിലെ തറയ്ക്കൽ ഭഗവതിയോട് പ്രാർത്ഥിക്കുന്നു. ഇതായിരുന്നു ഞങ്ങളുടെ നാട്. ഇന്നും ഇതിന്റെ കുറച്ച് അവശേഷിപ്പുകൾ ഞങ്ങളുടെ നാട്ടിൽ ഉണ്ടെന്നുള്ളത് പരമാർത്ഥമാണ്.

മൂന്ന് ദിവസത്തിനുള്ളിൽ മയിൽപീലിമാവും, ചകിരിമാവും, നാട്ടുമാവുമൊക്കെ കടകുറ്റികൾ മാത്രമായി അവശേഷിപ്പിച്ചുകൊണ്ട് ഞങ്ങളുടെ പറമ്പിൽ അവ പ്രിയപെട്ടവരുടെ മൃതദേഹങ്ങൾ പോലെ ചലനമറ്റ് കിടന്നു. എല്ലായിടത്തും പച്ചില മണം ആയിരുന്നു. നാട്ടുമാവിന്റെ ഒരു കൊമ്പിൽ നിന്ന് താഴെ വീണ അണ്ണാൻ

കൂട്ടിൽ മൂന്ന് ചോര നിറമുള്ള കണ്ണ് തുറക്കാത്ത കുഞ്ഞുങ്ങൾ ഉണ്ടായിരുന്നു. പണിക്കാരുടെ കൂടെ അപ്പൻ എപ്പോഴും ഉണ്ടാകും. മരം വെട്ടുകാരൻ വേലൻ മണിയുടെയും, സഹായികളുടെയും, അപ്പന്റെയും വിയർപ്പു മണം മരംവെട്ട് കാണാൻ ചെന്ന് നിന്ന എന്റെ മൂക്കിൽ തുളച്ച് കയറിയിരുന്നു. വാള് കൊണ്ട് അറുത്ത് മാറ്റിയപ്പോൾ ഉണ്ടായ അറക്കപൊടി മുകളിലേക്കിട്ട് ഞങ്ങൾ കൂട്ടുകാർ കുട്ടികൾ കളിച്ചു. കാളവണ്ടി വന്നു. മാവു മൃതദേഹങ്ങൾ കാളവണ്ടിയിൽ കയറ്റി അറക്ക കമ്പനിയിലേക്ക് കൊണ്ടുപോയ്. വലിയ വലിയ മാവിൻ തടികൾ വളരെ കഷ്ടപ്പെട്ട് കാളവണ്ടിയിൽ കയറ്റുന്നതും നോക്കി ഞാൻ നിന്നു. മാവുകളുടെ തടികളിന്മേൽ, അവയുടെ രക്തസാക്ഷ്യത്വത്തിന്റെ അവസരത്തിൽ അവസാനമായി പൊടിഞ്ഞ കണ്ണീരും രക്തവും കലർന്ന ഒരു തരം പശ ഉരുകിവീണ് ഘനീഭവിച്ച മെഴുക്ക് പറ്റിപിടിച്ചിരിക്കുന്നത് ഞാൻ പ്രത്യേകം ശ്രദ്ധിച്ചു.

അമ്മയോട് ഉണ്ണീലി പറഞ്ഞത് ഞാൻ കേട്ടു: "ഇത്ര രസള്ളൊരു മാങ്ങ മ്മ്ടെ നാട്ടിൽ ഇല്ല. ഇനി അതൊക്കെ പറഞ്ഞിട്ടെന്താ കാര്യം? പറമ്പങ്ങട് വെളുത്തു മാപ്ലിച്ച്യേ..." അമ്മ പറഞ്ഞു: "നീ ഒന്ന് മിണ്ടാണ്ടിരിയ്ക്ക് ഉണ്ണീല്യേ... മാപ്ലേടെ ചങ്ക് പൊട്ടികാണും. ഓർമ്മ വെച്ചപ്പോ തൊടങ്ങീ കണ്ടിട്ടുള്ള മാവോളല്ലേ?" അപ്പനും, ഞാനും ഓർമ്മവെച്ച നാൾ മുതൽ കണ്ട മാവുകൾ! അമ്മയെ ഇരുപത്തിനാലാം വയസിൽ കൊരട്ടിയ്ക്കടുത്ത് നാലുകെട്ടിൽ നിന്ന് അപ്പൻ കെട്ടികൊണ്ടു വന്നപ്പോൾ തുടങ്ങി അമ്മ കണ്ടിട്ടുള്ള ഞങ്ങളുടെ പറമ്പിന്റെ ഐശ്വര്യങ്ങൾ!!! ഇനി ഒരിക്കലും കാണാൻ പറ്റാത്ത വിധത്തിൽ അവ നഷ്ടപ്പെട്ടു.

മരാസുരൻ! അമ്മയുടെ ബന്ധു ആങ്ങള!! എന്റെ അപ്പനേയും, അമ്മയേയും കടം കൊടുത്തിരുന്ന കാശിന്റെ പേരിൽ മുതലെടുത്ത് തിന്ന് സുഖിച്ചു. "പുഞ്ചകൊയ്ത്ത് കഴിയുമ്പോൾ തന്നോളം അളിയാ" എന്ന് എന്റെ അപ്പൻ പലവട്ടം പറഞ്ഞു നോക്കിയെങ്കിലും, "അത് എനിക്ക് ഇപ്പൊ തന്നെ നീ തരാണ്ട് പറ്റില്ല" എന്ന മരാസുരന്റെ പൈശാചികമായ നിർബന്ധബുദ്ധിയുടെ മുമ്പിൽ നാമാവശേഷമായത് ഒരു നാട്ടിലെ തന്നെ ചർച്ചാവിഷയമായിരുന്ന ഞങ്ങളുടെ പ്രിയപെട്ട മയിൽപീലി മാവും, ചകിരിമാവും, നാട്ടുമാവും. അവയുടെ ശവശരീരങ്ങൾ വിറ്റ് അപ്പൻ നൽകിയ പണം കൂടു

തൽ പലിശക്ക് മരാസുരൻ കൊടുത്തു എന്ന് പിന്നീട് അപ്പൻ പറഞ്ഞ് ഞാൻ അറിഞ്ഞു. എന്നാൽ, കൊടുത്തതൊന്നും തിരിച്ചു നൽകാതെ മരാസുരന്റെ സ്വന്തം അളിയൻ മൈസൂറിലേക്ക് കുടിയേറിപോയി എന്നുള്ളത് ഒരു അവിസ്മരണീയമായ ചരിത്ര സത്യം. ഞങ്ങളുടെ പറമ്പ് വെളുപ്പിച്ച മരാസുരൻ മദ്യപിച്ച് ലക്കില്ലാതെ വരുമ്പോൾ ബസ്സിടിച്ച് മരിക്കുകയും ചെയ്തു.

മനുഷ്യപുത്രൻ മാലാഖമാരോടു കൂടി മഹിമയുടെ സിംഹാസനത്തിൽ ഇരിക്കുന്നു. അവൻ ചെമ്മരിയാടുകളെ കോലാടുകളിൽ നിന്ന് വേർതിരിക്കുന്നതുപോലെ തന്റെ മുമ്പിൽ നിൽക്കുന്നവരെ വേർതിരിക്കുന്നു. മനുഷ്യപുത്രന്റെ വലതുഭാഗത്ത് നിൽക്കുന്നവരുടെ കൂട്ടത്തിൽ എന്റെ അപ്പനെ കണ്ട് ഉണ്ണീലി ഓടി വന്ന് ചോദിച്ചു: “എന്റെ ദേവസ്യാപ്ലാരെ! നിങ്ങളെ ഇന്യ്യാരിക്കലും കാണില്ല്യാന്നാ ഞാൻ കരുത്യാ. മാപ്ലിച്ചി എന്ത്യേ?” അപ്പൻ ഉണ്ണീലിയോട് പറഞ്ഞു: “അവൾ വന്നിട്ടില്ല. കുറച്ച് നാൾ കൂടി കഴിയുമ്പോൾ ഇവിടെ വരും.” അപ്പൻ പറഞ്ഞുതീരും മുമ്പ് വെറ്റിലയിൽ ചുണ്ണാമ്പ് വെച്ച് തേക്കുമ്പോൾ, വെറ്റിലയുടെയും, ചുണ്ണാമ്പിന്റെയും കറ പറ്റിപിടിച്ചിരുന്ന വലതുകയ്യിന്റെ ചൂണ്ട്‌വിരൽ നീട്ടി അപ്പനെ ഒരാളെ കാണിച്ചു കൊടുത്ത് കൊണ്ട് ഉണ്ണീലി പറഞ്ഞു: “മാപ്ലാരെ മ്മ്ടെ എടത്ത് വന്ന് നിക്കുന്നോരുടെ കൂടെ നിക്കണ ആ പൊക്കകാരനല്ലേ, മ്മ്ടെ വീട്ടിൽ രാത്രി വന്ന് കോഴി എറച്ചി കൂട്ടി ചോറുണ്ടിരുന്ന വിരുതൻ! മ്മ്ടെ പറമ്പീലെ മാവൊക്കെ വെട്ടിപ്പിച്ച കള്ളൻ.” അപ്പന്റെയും ഉണ്ണീലിയുടെയും സംസാരം കേട്ട മനുഷ്യപുത്രൻ പറഞ്ഞു: “നിങ്ങൾക്കും അവർക്കും മധ്യേ ഒരു വലിയ ഗർത്തം സ്ഥാപിക്കപ്പെട്ടിട്ടുണ്ട്. ഇവിടെ നിന്ന് അവരുടെ അടുത്തേക്കോ, അവിടെ നിന്ന് നിങ്ങളുടെ അടുത്തേയ്ക്കോ വരുവാൻ ആഗ്രഹിക്കുന്നവർക്ക് അത് സാധിക്കുകയില്ല.” അപ്പനും, ഉണ്ണീലിയും ഒന്നു നിശബ്ദരായി. ഒരു സ്വർഗ്ഗീയ നിശബ്ദതയിൽ അവർ അലിഞ്ഞു. എങ്കിലും മാലാഖമാരുടെ ചിറകടി അവർ കേട്ടു. യേശുവിന്റെ പാദങ്ങളിൽ നാർദിൻ സുഗന്ധതൈലം പറ്റിപിടിച്ചിരുന്നത് അവർ കണ്ടു. അതിന്റെ പരിമളം അവരിലും നിറഞ്ഞു. അപ്പനേയും, ഉണ്ണീലിയേയും മനുഷ്യപുത്രന്റെ വലത് വശത്ത് കണ്ട് മരാസുരൻ വിലപിക്കുകയും പല്ലു കടിക്കുകയും ചെയ്തുകൊണ്ടിരുന്നു.

✻ ✻ ✻ ✻ ✻

അദ്ധ്യായം - 5

തേക്ക്തൈകൾ വളരട്ടെ!

ഞാൻ വൈദിക വിദ്യാർത്ഥി ആയിരിക്കുമ്പോൾ കുറച്ച് നാൾ പാവറട്ടി ആശ്രമത്തിൽ താമസിച്ചിട്ടുണ്ട്. വൈദീകനായതിന് ശേഷമുള്ള തൊട്ടടുത്ത രണ്ടു വർഷങ്ങളിലും, പിന്നീട് ബി.എഡ്. പഠനം കഴിഞ്ഞ് സ്കൂൾ അദ്ധ്യാപകനായി രണ്ട് വർഷങ്ങളോളവും ഞാൻ പാവറട്ടിയിൽ ഉണ്ടായിരുന്നു.

ഞാൻ വൈദിക വിദ്യാർത്ഥിയായിരിക്കെ, പാവറട്ടിയിൽ താമസിക്കുന്ന സമയത്ത്, അവിടെ ഉണ്ടായിരുന്ന ആശ്രമാംഗം എലിസേവൂസ് സഹോദരൻ സ്കൂളിലെ വിദ്യാർത്ഥികൾക്ക് വായനയ്ക്കായി പുസ്തകങ്ങളും മാസികകളും സൗജന്യമായി കൊടുത്തിരുന്നു. വളരെ ശുദ്ധഗതിക്കാരനും, നിഷ്കളങ്കനുമായിരുന്ന എലിസേവൂസ് സഹോദരൻ അന്ന് വയോവൃദ്ധനായി തീർന്നിരുന്നു.

വിദേശത്ത് നിന്ന് വളരെ വിശേഷപ്പെട്ടതും, പലവർണ്ണങ്ങളുള്ള ചിത്രങ്ങളോടു കൂടിയതുമായ ധാരാളം മാസികകൾ വിദ്യാർത്ഥികളിൽ വായനശീലം വളർത്തുവാൻ വിതരണത്തിനായി എലിസേവൂസ് സഹോദരന് വന്നിരുന്നു. ഇവയിൽ ജർമ്മൻ, ഫ്രഞ്ച്, ഇംഗ്ലീഷ് ഭാഷകളിൽ ഉള്ളത് ധാരാളമായി ഉണ്ടായിരുന്നു. ഉച്ചയ്ക്ക് ഊണിനുള്ള ഇടവേള സമയത്ത് വിദ്യാർത്ഥികൾ തിക്കിതിരക്കി വന്ന് വായിക്കുവാൻ എന്നുള്ള പേരിൽ സഹോദരന്റെ കയ്യിൽ നിന്ന് മാസികകൾ വാങ്ങി കൊണ്ടുപോകും. വായന കഴിഞ്ഞ് ഒരാഴ്ചയ്ക്കുള്ളിൽ തിരിച്ചേൽപ്പിക്കണം എന്ന നിബന്ധന ഉണ്ടായിരുന്നു. കൊണ്ടുപോകുന്ന മാസികകൾ ആരും വായിച്ചതായിട്ടോ, തിരിച്ചേൽപ്പിച്ചതായിട്ടോ അറിവില്ല. ഫ്രഞ്ചും, ജർമ്മനുമൊക്കെ ആർക്കറിയാം വായിക്കാൻ? പല വർണ്ണങ്ങളിലുള്ള പടങ്ങൾ കണ്ടശേഷം,

മാസികകൾ അവരുടെ പഠന പുസ്തകങ്ങൾ പൊതിയുവാൻ ഉപയോഗിക്കും. ഇത്തരം കള്ളത്തരമൊന്നും കണ്ടുപിടിക്കുവാൻ എലിസേവൂസ് സഹോദരന് സാധിച്ചിരുന്നില്ല. വിദ്യാർത്ഥികളുടെ സൂത്രങ്ങളെ കുറിച്ച് ഞങ്ങൾ പറഞ്ഞാൽ സഹോദരൻ പറയും: "പിള്ളേര് അങ്ങനെയൊക്കെ ചെയ്യോ? ഞാൻ വിശ്വസിക്കില്ല." അത്ര ശുദ്ധഗതിക്കാരൻ ആയിരുന്നു എലിസേവൂസ് സഹോദരൻ.

ഒരു ദിവസം പതിവുള്ള മാസിക വിതരണം കഴിഞ്ഞ് ആശ്രമത്തിൽ തിരിച്ചെത്തിയ സഹോദരനോട് മറ്റൊരു ആശ്രമാംഗമായിരുന്ന കാശ്മീർ അച്ചൻ ചോദിച്ചു: "എലിസേവൂസേ, ഇന്ന് പിള്ളേർ എത്ര പേർ പുസ്തകങ്ങൾ കൊണ്ടുപോയി?" വിഷാദത്തിൽ സഹോദരൻ പറഞ്ഞു: "ഇന്നു വന്നില്ല അച്ചാ, ഈ പിള്ളേരൊക്കെ എവ്ടെ പോയി കെട്ക്കണാവോ? എല്ലാരും കൂടി മഠം സ്കൂളിൽ പെമ്പിള്ളേരുടെ മോന്ത കാണാൻ പോയിട്ട്ണ്ടാവും. അവ്ടെ ഇന്ന് യൂത്ത് ഫെസ്റ്റിവലാണെന്ന് കേട്ടു. ഇവ്ടെ പെമ്പിള്ളേർ ഇല്ലാണ്ട് പോയില്ലേ?"

തൊട്ടടുത്ത് തന്നെയുള്ള കോൺവെന്റ് ഗേൾസ് സ്കൂളിന്റെ അടുത്തേക്ക് പെൺകുട്ടികളെ കാണാൻ ആൺകുട്ടികൾ പോയിട്ടുണ്ടാകും എന്നുള്ള എലിസേവൂസ് സഹോദരന്റെ സന്ദേഹം കേട്ട് കാശ്മീർ അച്ചൻ ചിരിച്ച് കൊണ്ട് പറഞ്ഞു: "അതൊന്നുമല്ല എലിസേവൂസേ...തെക്കേ ഗ്രൗണ്ടിൽ കുറെ മരതൈകൾ സർക്കാർ ഇറക്കിയിട്ടുണ്ട്. പിള്ളേർ അത് വാങ്ങുവാൻ നിൽക്കുന്നത് ഞാൻ കണ്ടു. വെറുതെ കിട്ടുന്ന തൈകളല്ലേ? പിള്ളേർ അത് വേണ്ടാന്ന് വെയ്ക്ക്യോ. മാഷുമാർ വളരെ പാടുപെടുന്നത് കണ്ടു അത് കൊടുക്കാൻ. അത്ര ഉന്തും തള്ളും ആയിരുന്നു." എലിസേവൂസ് സഹോദരൻ പറഞ്ഞു: "അപ്പൊ, അതാണല്ലെ സംഗതി? ഈ പാവറട്ടീലെ മണൽമണ്ണിൽ ഒളോർ മാവും തെങ്ങുമല്ലാതെ വല്ലതും ശെരിക്ക് വളരോ? പിള്ളേര് കൊണ്ടുപോകുന്നത് വളർന്നാൽ ഭാഗ്യം."

എലിസേവൂസ് സന്യാസി വലിയ വൃക്ഷസ്നേഹി ആയിരുന്നു. പാവറട്ടി ആശ്രമത്തിലെ പ്രിയോർ, കൊളമ്പ്, ഗുദാദ്, ബ്ലാക്ക് ആന്റ് റോസ് തുടങ്ങിയ മാവുകൾ വെച്ചു പിടിപ്പിച്ചത് അദ്ദേഹമാണെന്ന് പറയാറുണ്ട്. തൊട്ടടുത്തുള്ള പെരുവല്ലൂരിൽ പാവറട്ടി ആശ്രമത്തിന് പറമ്പും, പാടവും ഉണ്ടായിരുന്നു. പെരുവല്ലൂരിൽ നിന്ന് കാളവണ്ടിയിൽ ചുവന്നമണ്ണ് കൊണ്ടുവന്ന് ആശ്രമ വളപ്പിൽ വിശേഷപ്പെട്ട

മാവുകളെ വളർത്തുവാൻ അദ്ദേഹം കഷ്ടപ്പെട്ട കാലങ്ങൾ ചരിത്രത്തിന്റെ ഭാഗമാണ്. ഒരിക്കൽ അദ്ദേഹം പറഞ്ഞു: "ശെമ്മാശ്ശന് അറിയോ, ഇവ്ടത്തെ വെള്ളം ഓരു വെള്ളമാണ്. ഉപ്പുരസമുള്ള ഈ വെള്ളം ഒഴിച്ചാൽ മാവോള് കൂമ്പ് കരിഞ്ഞുനിക്കും. ഞാൻ വെച്ച മാവോള് നനക്കാൻ ഞാൻ മൺചാറയിൽ പെരുവല്ലൂർ നിന്ന് നല്ല വെള്ളം കൊണ്ടു വന്നിട്ടുണ്ട്." അദ്ദേഹത്തിന്റെ വൃക്ഷസ്നേഹം എന്നെ വളരെ അതിശയപ്പെടുത്തുകയും സ്വാധീനിക്കുകയും ചെയ്തിട്ടുണ്ട്. മരങ്ങൾ വെച്ചവർക്ക് അവയെ പരിപാലിക്കുവാൻ പാടുപെടുന്നതിനെ കുറിച്ച് പറയുമ്പോൾ ആയിരം നാവാണ്. വളർത്തിയ മരങ്ങളെ നോക്കി ആശ്വാസത്തിന്റേയും, സംതൃപ്തിയുടെയും, സന്തോഷത്തിന്റെയും ഭാവങ്ങൾ അവർ പ്രസരിപ്പിക്കുന്നത് ഞാൻ ശ്രദ്ധിച്ചിട്ടുണ്ട്.

സ്കൂളുകളിൽ മരതൈ വിതരണം ആരംഭിച്ച വർഷങ്ങളിൽ ഒന്നായിരുന്നു ആ വർഷം. പാവറട്ടി സ്കൂളിലെ മരവിതരണം നടത്തിയതിന് ശേഷം വന്ന ഞായറാഴ്ചയിൽ എന്നെ കാണുവാൻ അപ്പൻ വന്നു. എലിസേവൂസ് സഹോദരൻ ആശ്രമത്തിന്റെ സ്വീകരണ മുറിക്കു മുമ്പിലുള്ള തിണ്ണയിൽ ഇരിക്കുന്ന സമയത്താണ് അപ്പൻ എത്തിയത്. അപ്പനെ കണ്ട് കുശലാന്വേഷണങ്ങൾ നടത്തിയശേഷം എലിസേവൂസ് സഹോദരൻ അപ്പനോട് പറഞ്ഞു: "അന്ന് കൊടുത്ത് വിട്ട പശ്മയുള്ള പലഹാരം വളരെ നന്നായിരുന്നു. ആ ഇരിക്കണ തൈകൾ കണ്ടോ? കൊറച്ച് കൊണ്ടോക്കോ. നല്ല തേക്കിൻ തൈകൾ ഉണ്ട്. നിങ്ങടെ നാട്ടിൽ നന്നായി വളരും."

എലിസേവൂസ് സഹോദരന് പല്ലുകൾ ഉണ്ടായിരുന്നില്ല. അതുകൊണ്ട് അദ്ദേഹം മാർദ്ദവമുള്ള പലഹാരങ്ങൾ ഇഷ്ടപ്പെട്ടിരുന്നു. വീട്ടിൽ നിന്ന് ഒരിക്കൽ അമ്മ തന്നുവിട്ട ഇഡ്ലിയുടെ ആകൃതിയിലുള്ള കള്ളപ്പത്തെ ഓർത്തുകൊണ്ടാണ് അപ്പനോട് 'പശ്മയുള്ള' പലഹാരത്തെക്കുറിച്ച് എലിസേവൂസ് സഹോദരൻ സംസാരിച്ചത്. അപ്പനെ നിർബന്ധിച്ച് അദ്ദേഹം വൃക്ഷതൈകൾ കാണിക്കുവാൻ കൊണ്ടുപോയി. കണ്ടു കഴിഞ്ഞപ്പോൾ അപ്പൻ പറഞ്ഞു: "ഇത് പിള്ളേർക്ക് കൊടുക്കാൻ വന്നതല്ലേ? എനിക്ക് കൊണ്ടോകാൻ പറ്റോ?" "അതൊന്നും നീ കാര്യാക്കണ്ട. വെറുതെ നശിച്ച് പോകുന്നതിനേക്കാളും നല്ലതല്ലേ ആരെങ്കിലും വെച്ച് പിടിപ്പിക്കുന്നത്?" എലിസേവൂസ് ബ്രദറിന്റെ ന്യായവാദം അപ്പന് ഇഷ്ടപ്പെട്ടു. എന്നിരുന്നാലും,

ബ്രദർ പറഞ്ഞു: "ശെമ്മാശ്ശൻ ഇനി വീട്ടിലേക്ക് വരുമ്പോൾ കൊടുത്തു വിടാം. ആരെങ്കിലും കൊണ്ടോകാൻ ഇവ്ടെ വെച്ചതാണോ എന്നറിയില്ലല്ലോ?"

അടുത്ത തവണ വീട്ടിൽ പോയപ്പോൾ എലിസേവൂസ് ബ്രദർ തിരഞ്ഞെടുത്ത് നൽകിയ മൂന്ന് തേക്കിൻ തൈകൾ ഞാൻ വീട്ടിലേക്ക് കൊണ്ടുപോയി. തൈകളെ കണ്ടപ്പോൾ അപ്പൻ പറഞ്ഞു: "മൂന്നും അടയ്ക്കാവളപ്പിൽ വെയ്ക്കാം. എന്റെ മൂന്ന് മക്കൾക്കും വീട് വെക്കുമ്പോൾ ഉപയോഗത്തിൽ വരും." അപ്പനോട് ഞാൻ പരിഭവം പറഞ്ഞു: "കഷ്ടപ്പെട്ട് പാവറട്ടിയിൽ നിന്ന് ബസ്സിൽ കൊണ്ടുവന്ന തേക്കിൻ തൈകകളിൽ ഒന്നും എനിക്ക് ഇല്ല അല്ലേ?" അപ്പൻ പറഞ്ഞു: "നീ മൂത്തോൻ. അച്ചനായി വരുമ്പോൾ നിന്റെ താഴെയുള്ളവരുടെ മൂന്ന് പേരുടെയും വീട് നിനക്ക് ഒരു പോലെ അല്ലേ?" മാമ്പൂ കണ്ടും, മക്കളെ കണ്ടും മോഹിക്കരുത് എന്ന് ഇടയ്ക്കിടയ്ക്ക് പറയാറുള്ള അപ്പന്റെ വാക്കുകൾ ഓർത്ത് ഞാൻ ഇപ്പോൾ നെടുവീർപ്പിടാറുണ്ട്.

അപ്പനും, ഞാനും അടയ്ക്കാവളപ്പിലേക്ക് തേക്കിൻ തൈകളുമായി പോയി. അപ്പൻ കുഴി കുത്തി. ഞാൻ കറുത്ത പ്ലാസ്റ്റിക് കവറിൽ നിന്ന് വളരെ സൂക്ഷിച്ച് തൈകളെ എടുത്ത് വേരുള്ള മണ്ണോടുകൂടെ കുഴികളിൽ വെച്ചു. കുഴികളിൽ ചാണകപ്പൊടി ഇട്ടതിന് ശേഷം അപ്പൻ തേക്കിൻതൈ കടകൾ മണ്ണിട്ട് മൂടി. എന്നിട്ട് ഓരോ തൈകളുടെ മേലും അപ്പൻ കുരിശ് വരച്ചു. അമ്മാമ്മയിൽ നിന്ന് അപ്പന് കിട്ടിയ ഒരു വിശുദ്ധ പാരമ്പര്യം ആണിത്. അമ്മാമ്മയ്ക്ക് ഭക്തിയുള്ള വിശുദ്ധന്മാരുടെ ഓർമ്മ ദിവസങ്ങളിൽ അമ്മാമ്മ മത്ത, കുമ്പളം, വെള്ളരി, പടവലം, പച്ചമുളക് തുടങ്ങിയവയുടെ വിത്തുകൾ നടുന്നത് ഞാൻ കണ്ടിട്ടുണ്ട്. നടൽ കഴിഞ്ഞ് വെള്ളമൊഴിച്ച് തിരിയ്ക്കും നേരത്ത് അമ്മാമ്മ അവയുടെ മേൽ കുരിശ് വരച്ചുകൊണ്ട് "ചാഴിം പുഴൂം തിന്നാതെ കാക്കണെ" എന്നൊരു പ്രാർത്ഥനയും ചൊല്ലും. അമ്മാമ്മയുടെ ഈ പരിശുദ്ധ പാരമ്പര്യം അപ്പനും തുടർന്നിരുന്നു. നെൽവിത്ത് വിതയ്ക്കും മുമ്പ് അപ്പൻ കുരിശ് വരയ്ക്കുമായിരുന്നു. കൊയ്ത്തിനായി പെണ്ണുങ്ങൾ പാടത്ത് അരിവാളുമായി ഇറങ്ങുമ്പോൾ അവരിൽ മൂത്ത ചേടത്തിയാരോട് അപ്പൻ പറയും: "ത്രേസ്യേടത്ത്യാരെ ഒന്ന് കുരിശ് വരച്ചോണ്ട് അരിവാൾ നെല്ലിൻ കടയ്ക്കെ വെച്ചാൽ മതി. നീർക്കോലി

ആയാലും പേടിക്കാൻ അതുമതി." ത്രേസ്യേടത്തി പറയുന്നത് ഞാൻ കേട്ടിട്ടുണ്ട്: "ദേസുട്ടീടെ കണ്ടത്തിൽ കൊയ്യാൻ പോയാൽ പാമ്പൂല്ല്യ, ചേമ്പൂല്ല്യ, അരിവാളോണ്ട് കൈമുറിവും ഇല്ല." വീട്ടിൽ കോഴിയെ പൊരുന്ന വെയ്ക്കുന്ന സമയത്ത് ഓരോ മുട്ടയിലും കരികഷ്ണം കൊണ്ട് അമ്മ കുരിശു വരയ്ക്കുമായിരുന്നു. അങ്ങനെ കുരിശു വരച്ച് വെച്ചാൽ എല്ലാ മുട്ടകളും വിരിഞ്ഞ് കുഞ്ഞുങ്ങൾ പുറത്തു വരും എന്ന് അമ്മ പറയുമായിരുന്നു.

അപ്പനും ഞാനും വെച്ചുപോന്ന തേക്കിൻ തൈകൾ നന്നായി വളർന്ന് പൊങ്ങി തുടങ്ങി. അമ്മ ഇടയ്ക്കിടക്ക് അവയ്ക്ക് പശുമൂത്രം വീട്ടിൽ നിന്ന് കൊണ്ടുപോയി ഒഴിച്ചിരുന്നു. വീട്ടിൽ ചെല്ലുമ്പോൾ അടയ്ക്കാവളപ്പിലേക്ക് ഞാൻ പോകാതിരിക്കില്ല. അത്ര ആത്മബന്ധം അടയ്ക്കാവളപ്പുമായി എനിക്കുണ്ടായിരുന്നു. അവിടെ ഉണ്ടായിരുന്ന തെങ്ങും, കവുങ്ങും ആയിരുന്നു ഞങ്ങളുടെ മുഖ്യ വരുമാന മാർഗ്ഗം. അടയ്ക്കാവളപ്പിനോട് ചേർന്ന് താഴെ 'കുഴിലോടി' എന്ന് പറയുന്ന നെൽകൃഷി സ്ഥലം ആയിരുന്നു. എന്റെ കുട്ടിക്കാലത്ത് അപ്പൻ കാളതേക്ക് തേവിയാണ് കൃഷി നനച്ചിരുന്നത്. അപ്പൻ തേവിയൊഴിക്കുന്ന വെള്ളം കൈക്കോട്ടുകൊണ്ട് തെങ്ങിനും, അടയ്ക്കാമരത്തിനും, വാഴയ്ക്കുമൊക്കെ നനയ്ക്കാൻ ഞാനും പോകാറുണ്ട്.

അടയ്ക്കാവളപ്പിൽ വളർന്ന് കൊണ്ടിരുന്ന തേക്കിൻ തൈകൾ സുന്ദരന്മാരായിരുന്നു. നല്ല കറുപ്പ് പച്ചയിൽ വലുപ്പത്തിലുള്ള തേക്കിൻ ഇലകൾക്ക് ഒരു പ്രത്യേക സുഗന്ധം ഉണ്ടയിരുന്നു. വീട്ടിൽ ചെല്ലുമ്പോഴൊക്കെ അമ്മ പറയും: "നീ കൊണ്ടുവന്ന തേക്കിന് എന്താ വളർച്ച? അച്ചന്മാരുടെ അവ്ടുന്ന് കൊണ്ടുവന്നതോണ്ടായിരിക്കും ഇത്ര നന്നായി വളരണ്ത്. തേക്കിൻ തൈ തന്ന ആ ബ്രദർ മരിച്ച് പോയല്ലേ? കുരുത്തോള്ള കൈകളാ അദ്ദേഹത്തിന്റെ." അമ്മയുടെ വാക്കുകൾ എന്നെ കൊതിപ്പിക്കുമായിരുന്നു വീട്ടിൽ നിന്ന് പത്ത് മിനിറ്റ് നടക്കുവാനുള്ള ദൂരത്തിലുള്ള അടയ്ക്കാവളപ്പിൽ ചെന്ന് നീണ്ട് നിവർന്ന് വളർന്നുകൊണ്ടിരിക്കുന്ന തേക്കിൻ തൈകളെ കാണുവാൻ.

രണ്ട് കൊല്ലങ്ങൾ കടന്നുപോയി. ഞാൻ വൈദികനായി വീണ്ടും പാവറട്ടി ആശ്രമംഗമായി. ഒരു ദിവസം വീട്ടിൽ നിന്ന് വന്ന കത്ത് ഞാൻ പൊട്ടിച്ചു വായിച്ചപ്പോൾ അമ്മ എഴുതിയിരിക്കുന്നു:"ആ

ദുഷ്ടൻ നമ്മ്ടെ രണ്ട് തേക്കിൻ തൈകൾ വെട്ടികളഞ്ഞു. ഭാഗ്യം... നടുക്ക് നിക്കുന്നത് വെട്ടും മുൻപ് അപ്പൻ കണ്ടു. അത് കൊണ്ട് അത് മാത്രം രക്ഷപ്പെട്ടു. അതാണ് വളർച്ചയിൽ മുന്തി നിക്കുന്നത്."

അമ്മയുടെ വാക്കുകൾ വായിച്ചപ്പോൾ മരാസുരന്റെ വെട്ട് എന്റെ തലയിൽ കൊണ്ടത് പോലെ എനിക്ക് അനുഭവപ്പെട്ടു. അമ്മ എഴുതിയ ദുഷ്ട കഥാപാത്രം മരാസുരൻ തന്നെ. എന്നെ എവിടെ വെച്ച് കണ്ടാലും കൊച്ചാക്കുന്ന സ്വഭാവമുള്ള മരാസുരൻ. നാട്ടിൽ നാലാൾ കൂടുന്നിടത്ത് വെച്ച് എന്റെ അപ്പനെ അപമാനിക്കുന്നതിൽ അഭിമാനം കണ്ടെത്തിയിരുന്ന മരാസുരൻ. എന്നെ കുറിച്ച് അയാൾ പലരോടായി പറഞ്ഞിട്ടുള്ളത് ഞാനും കേട്ടിട്ടുണ്ട്. "അച്ചൻ പണിയ്ക്ക് പോയ നേരം ടൈപ്പ്റൈറ്റിംഗ് പഠിച്ച് ബോംബെല് പോയെങ്കിൽ കുടുംബത്തിന് വെല്ല മെച്ചം ഉണ്ടായേനെ."

വൈദിക ജീവിതം തൊഴിൽ ജീവിതമല്ല. അത് ദൈവവിളിയുടെ ജീവിതമാണ്. സമ്പാദിക്കുവാനുള്ളതല്ല; പകുത്ത് നൽകുവാൻ ഉള്ളതാണ് വൈദിക ജീവിതം. ഇതൊക്കെ ഗ്രഹിക്കുവാൻ മരാസുരനിൽ ഉണ്ടോ ഉൾവെളിച്ചം? തേക്കിൻ തൈകൾ വെട്ടികളഞ്ഞതിനെ കുറിച്ച് അറിഞ്ഞ പലരും അപ്പനോട് പോലീസ് സ്റ്റേഷനിൽ പോയി പരാതി കൊടുക്കുവാൻ പറഞ്ഞു. അപ്പോൾ അപ്പന് പറയാൻ ഉണ്ടായിരുന്നത് ഇതാണ്: "അവനിന്ന് താമസിക്കണ വീടും പറമ്പും വാങ്ങാൻ അവന് എന്തോരം സഹായം ഞാൻ ചെയ്തതാ...അവനോട് മല്ല് പിടിക്കാൻ ഞാൻ പോണില്ല. ഒരു വൈദികനുള്ള വീടാണ് എന്റേത്. കേസും കോടതിയൊന്നും വേണ്ട. തൊട്ടേനും പിടിച്ചേനുമൊക്കെ പോസ്റ്ററുണ്ടാക്കി ആൾക്കാർക്ക് വായിക്കാൻ വേണ്ടി പൊതുസ്ഥലത്ത് പതിപ്പിച്ചു മറ്റുള്ളോരുടെ മാനം കെടുത്തുന്നോരാ അവനും അവന്റെ പിള്ളേരും. രണ്ട് തേക്കല്ലെ പോയൊള്ളൊ...തമ്പുരാൻ അവനോട് പൊറുക്കട്ടെ..."

മരാസുരന്റെ ദ്രോഹങ്ങളെ കുറിച്ച് അറിഞ്ഞപ്പോൾ അപ്പനോട് കുഞ്ഞാളിച്ചി പെങ്ങൾ പറഞ്ഞു: "ദേസുട്ട്യേ, കേസിനും പുക്കാറിനൊന്നും നീ പോകാത്തത് നന്നായി. നീ പള്ളീലെ അച്ചനോട് ഒന്ന് പറഞ്ഞു നോക്ക്." അപ്പന് ഒരേയൊരു പെങ്ങൾ മാത്രമെ ഉണ്ടായിരുന്നുള്ളൂ. അപ്പന്റെ പെങ്ങൾ ഞങ്ങൾക്ക് സ്വന്തമായിരുന്ന അമ്മായി ആയിരുന്നു. അമ്മായിയെ കല്യാണം കഴിച്ചു കൊടുത്തത് വൈദീകരും കന്യാസ്ത്രീകളും ഉള്ള തറവാട്ടിലേക്കായിരുന്നു.

അമ്മായി ഒരിക്കൽ എന്നോട് പറഞ്ഞിട്ടുണ്ട്: "മോനെ, ഈശോമിശിഹായെ എടുത്ത് പൊക്കണ കൈകളാ അച്ചന്മാർടെ. നീ അച്ചൻ പട്ടത്തിന് പോണ് എന്നറിഞ്ഞപ്പോൾ എനിക്ക് സന്തോഷായി. ചാവുമ്പൊ, തലഭാഗത്ത് നിക്കാൻ ചോരയിൽ നിന്ന് തന്നെ ഒരാളുണ്ടാകുമല്ലൊ."

മഹാ വൈദിക ആദരവുകാരി ആയിരുന്ന അമ്മായിയോട് അപ്പൻ പ്രത്യുത്തരിച്ചത് ഇങ്ങനെ: "പെങ്ങൾക്ക് വേറെ ഒന്നും പറയാനില്ലേ? എന്റെ മോൻ പള്ളീല് കുർബ്ബാനയ്ക്ക് പ്രസംഗം പറയുമ്പൊ, പള്ളീലിരുന്ന് സ്വർണ്ണോസയിൽ നിക്കണ മോനോട് തർക്കുത്തരം പറഞ്ഞവനാ അവൻ. ആരെങ്കിലും ഇങ്ങനെ ചെയ്തതായി പെങ്ങൾ കേട്ടിട്ടുണ്ടോ? കണക്കിലാകാത്തോൻ." മരാസുരന്റെ പരാക്രമത്തിന് മുമ്പിൽ അപ്പൻ പാലിച്ച മൗനം ഏശയ്യാ പ്രവാചകന്റെ ദൈവത്തിന്റെ ദാസനെ കുറിച്ചുള്ള പരാമർശങ്ങളിൽ ഉൾപ്പെടുത്തി സംഭവകഥയായി ധ്യാനം പ്രസംഗിക്കുമ്പോൾ ഞാൻ പറയാറുണ്ട്. പക്ഷെ, അപ്പനെ ഈ സന്ദർഭങ്ങളിൽ പരോക്ഷമായി 'ഒരു ചേട്ടൻ' എന്നാണ് ഞാൻ പറയാറുള്ളത്.

മരാസുരൻ തേക്കിൻ തൈകൾ നശിപ്പിച്ച സംഭവവുമായി ബന്ധപ്പെട്ടുള്ള അപ്പന്റെ മൗന പ്രതികരണത്തെ പരാമർശിച്ചുകൊണ്ട് പാവറട്ടി ആശ്രമ ദേവാലയത്തിൽ ഞാൻ ഒരു ഞായറാഴ്ച പ്രസംഗിക്കുകയുണ്ടായി. പ്രസംഗം ശ്രവിച്ച ഒരു റിട്ടയേർഡ് അദ്ധ്യാപകൻ എന്നെ കാണുവാൻ വന്നു. അദ്ദേഹം എന്നോട് പറഞ്ഞു: "കൊച്ചച്ചന്റെ സ്വരം വളരെ നല്ലതാണ്. എങ്ങനാ ഇങ്ങനെ തടസ്സം കൂടാതെ വാക്കുകളും വാചകങ്ങളും വരണ്ത്? നല്ല വായനാശീലം ഉണ്ടല്ലേ." എനിക്ക് വളരെ ഇഷ്ടപ്പെട്ടു മാഷിന്റെ അഭിപ്രായം. എന്റെ പ്രസംഗത്തെ കുറിച്ച് നല്ലത് പറഞ്ഞ് കേൾക്കുന്നതിൽ എനിക്ക് വളരെ സന്തോഷം ഉണ്ടാകാറുണ്ട്. മാഷുമായി കുറച്ചുകൂടി സംസാരിച്ചപ്പോൾ അദ്ദേഹം പറഞ്ഞു:"അച്ചോ, മരംവെട്ടുമായി എനിക്കൊരു അനുഭവം ഉണ്ടായിട്ടുണ്ട്. അച്ചന്റെ പ്രസംഗം കേട്ടപ്പോൾ അതോർമ്മ വന്നു. എന്റെ പറമ്പിൽ വലിയ ഒരു മാവ് ഉണ്ടാർന്നു. അതിന്റെ കുറെ കൊമ്പുകൾ അടുത്ത വീട്ടുകാരന്റെ പറമ്പിലേക്കാണ് ചാഞ്ഞ് നിന്നിരുന്നത്. നല്ല പ്രായമായ മാവായിരുന്നു. അടുത്ത മഴയ്ക്ക് വീഴുമെന്ന് പിള്ളേര് പറഞ്ഞപ്പോൾ ഞാനത് വെട്ടിപ്പിച്ചു. തടി വാങ്ങിയ ആള് കൊണ്ടുപോകാൻ വന്നപ്പോൾ,

അടുത്ത വീട്ടുകാരൻ അവകാശം ചോദിച്ച് വന്നു. അവന്റെ പറമ്പിലേക്ക് കൊമ്പുകൾ ചാഞ്ഞുനിന്നത് കൊണ്ട് അവന് മാവിനെ വിറ്റ കാശിന്റെ ഓഹരി വേണമത്രെ. ഞാൻ അവന് ഒരു ഓഹരി അങ്ങ്ട് കൊടുത്തു അച്ചോ. പിള്ളേര് ഗൾഫിൽ ആയതുകൊണ്ട് എനിക്കും ഭാര്യക്കും സ്വൈര്യമായി ജീവിക്കണെല്ലോ?" ഇങ്ങനെ ചില ശുദ്ധാത്മാക്കളും, നനഞ്ഞ മണ്ണെന്ന് കരുതി കോരുന്നവരും, തൂണും ചാരി നിന്നവൻ പെണ്ണിനെയും കൊണ്ടുപോയി എന്ന് പറയിപ്പിക്കുന്നവരും നമ്മുടെ ഇടയിൽ ഉണ്ട്.

കൂട്ടുകാരെ നഷ്ടപ്പെട്ടെങ്കിലും, ശേഷിച്ച തേക്ക് അടയ്ക്കാവളപ്പിൽ നല്ലവണ്ണം വളർന്നു. അഴകുള്ള വളർച്ചയായിരുന്നു അവന്റേത്. നല്ല വണ്ണത്തിൽ ഒറ്റത്തടിയായി അവൻ നീളത്തിൽ വളർന്നു. എന്നാൽ, വളർച്ചയോടൊപ്പം അടയ്ക്കാവളപ്പിനോടുള്ള എന്റെ വൈകാരിക ബന്ധം എനിക്ക് മനഃപൂർവ്വം വിച്ഛേദിക്കേണ്ട അവസ്ഥാ വിശേഷങ്ങളിലേയ്ക്ക് കാര്യങ്ങൾ നീങ്ങി. "എല്ലാ ദൈവസോം എനിക്കവ്ടെ പോണം. എത്ര പണി ചെയ്ത പറമ്പാ...കാർന്നോന്മാരുടെ കുരുത്തൊള്ള പറമ്പാണത്. എനിക്ക് അവ്ടെ കെടന്ന് മരിക്കണം." അമ്മ ഇങ്ങനെ പലപ്പോഴും പറഞ്ഞിട്ടുണ്ട്. അടയ്ക്കാവളപ്പിന്റെ താഴെയുള്ള പാടത്ത് നിന്ന് വരുന്ന കാറ്റ് വളരെ പ്രത്യേകതകൾ ഉള്ളതായിരുന്നു. തെങ്ങോലകളും, കവുങ്ങിൻ തൈകളും ആടി ഉലയുമ്പോൾ ഉണ്ടാകുന്ന കാറ്റ്...പാടത്ത് വെള്ളം ഉള്ള സമയത്ത് വിരിയുന്ന വിവിധയിനം ആമ്പൽ പൂക്കളുടേയും, താമരപൂക്കളുടേയും സുഗന്ധം പേറി വരുന്ന കാറ്റ്...തെങ്ങിന്റെയും, കവുങ്ങുകളുടേയും പൂക്കുലകളിൽ ഉരുമി വരുന്ന കാറ്റ്...പൊങ്ങിനിൽക്കുന്ന അടയ്ക്കാവളപ്പിന്റേയും, അതിന് താഴെയുള്ള പുഞ്ചപാടത്തിന്റേയും അതിർത്തി നിശ്ചയിക്കുന്ന മരുന്ന്ചെത്തി കാടുകളിൽ നിന്നും, കൈതോല കൂട്ടങ്ങളിൽ നിന്നും ഉയരുന്ന ചെത്തിപൂക്കളുടേയും, കൈതപൂക്കളുടേയും പരിമളം പേറിവരുന്ന കാറ്റ്... പാവട്ട പൂക്കളുടേയും, കൊടമ്പുളി പൂത്തതിന്റേയും കടപ്ലാവിന്റെ തിരികളുടേയും മണമുള്ള കാറ്റ്. പരിമളവും, ശീതളവും കൂടികലർന്ന അടയ്ക്കാവളപ്പിലെ ഈ കാറ്റായിരുന്നു അപ്പന്റേയും, അമ്മയുടേയും ആനന്ദത്തിന്റേയും ആരോഗ്യത്തിന്റേയും രഹസ്യം.

അപ്പനും അമ്മയും ഇണങ്ങിയും, പിണങ്ങിയും വേല ചെയ്ത അടയ്ക്കാവളപ്പിലെ മണ്ണ്. ആ മണ്ണിന് നസ്രസ്സിലെ തിരുകുടുംബ

ത്തിന്റെ മുറ്റത്തെ മണ്ണിന്റെ പവിത്രത ഉണ്ടായിരുന്നു. അപ്പനും, അമ്മയും ഭാര്യാഭർത്താക്കന്മാർ എന്നതിനേക്കാൾ ഉപരി പ്രണയ ജോഡികളായിരുന്നു. ഞങ്ങൾ മക്കൾക്ക് അവർ മാതാപിതാക്കൾ ആയിരുന്നുവെങ്കിലും, അവർ പരസ്പരം എന്നും കാമുകി കാമുക ന്മാരായിരുന്നു. ദൈവപദ്ധതിയിൽ ചേർന്ന ഇണകളായി അവർ അടയ്ക്കാവളപ്പിൽ വിയർപ്പൊഴുക്കി. ചോരയും പൊഴിച്ചിട്ടുണ്ട്. അവിടെ വെച്ച് അമ്മയുടെ കാലിൽ കുപ്പിച്ചില്ല് കൊണ്ട് മുറിഞ്ഞ് ഒരിക്കൽ വല്ലാതെ ചോര പോയി. പാവം അമ്മ! തൊട്ടടുത്ത വീട്ടി ലെ വള്ളി കണക്കി കൊണ്ടുവന്ന ഉള്ളി ചതച്ചത് വെച്ചു കെട്ടി തൊങ്ങി തൊങ്ങി വീട്ടിലേക്ക് നടന്നു. അപ്പോഴും അമ്മയുടെ തല യിൽ ഒരു വലിയ പുല്ലുകെട്ടും, കയ്യിൽ ഒരു ചെറിയ കണ്ണൻ കുല യും ഉണ്ടായിരുന്നു. നേരം വൈകുന്നേരമായി തുടങ്ങിയിരുന്നു. റേഷൻ വാങ്ങി തിരികെ പോരുന്ന ഉണ്ണീലി അവിചാരിതമായി ആ നേരത്ത് വീട്ടിൽ വന്നു. അമ്മയുടെ കാലിന്റെ അവസ്ഥ കണ്ട് ഉണ്ണീ ലി അത്താഴത്തിന് തീകൂട്ടി വെള്ളം വെച്ച് കൊടുത്തു; കറിയ്ക്കു ള്ള മല്ലിയും മുളകും, അരച്ച് കൊടുത്തു. പോകുംനേരത്ത് താക്കീ തായി അമ്മയോട് ഉണ്ണീലി പറഞ്ഞു: "നനയ്ക്കണ്ടാട്ടാ, അടങ്ങി ഒതുങ്ങി ഇരിക്ക്, നാളെ ഞാൻ വരാം. പഴ്ത്താ പിന്നെ പിടിച്ചാ കിട്ടില്ല്യ?" അമ്മയുടെ കാല് നനയുകയും, ഒന്നും സംഭവിക്കാത്ത വിധത്തിൽ എല്ലാ ജോലികളും അമ്മ ചെയ്തുകൊണ്ടിരിക്കുകയും ചെയ്തു. കുറച്ചു ദിവസത്തേക്ക് അടയ്ക്കാവളപ്പിലേയ്ക്ക് പോയി ല്ല എന്ന് മാത്രം. ഭാഗ്യവശാൽ മുറിവ് വേഗം ഉണങ്ങി. ആകസ്മിക മായി ശരീരത്തിൽ ഉണ്ടാകുന്ന മുറിവുകളിൽ ഉള്ളി ചതച്ച് വെയ് ക്കുന്നത് എനിയ്ക്ക് അമ്മയിൽ നിന്ന് പഠിച്ച ഒരു നാടൻ ചികിത്സാ ശീലമായി തീർന്നിട്ടുണ്ട്.

അപ്പന്റെ രക്തവും അടയ്ക്കാവളപ്പിൽ പലവട്ടം വീണിട്ടുണ്ട്. ഒരിക്കൽ വാഴകുല വെട്ടുമ്പോൾ വെട്ടുകത്തികൊണ്ട് അപ്പന്റെ ഇട ത് കയ്യിന്റെ പെരുവിരൽ ഗൗരവമായി മുറിഞ്ഞു. ധാരാളം രക്തം താഴെ വീണു. വിവരം കേട്ട് അമ്മയും ഞാനും ഓടിചെല്ലുമ്പോൾ അപ്പന്റെ കൂടെ ഉണ്ടായിരുന്ന കുമാരൻ ചേട്ടൻ കരിക്കിൻ വെള്ളം കൊടുത്തുകൊണ്ട് അപ്പനെ രണ്ടാം മുണ്ട് കൊണ്ട് വീശികൊണ്ടി രിക്കുന്നു. അപ്പന്റെ കൈവിരലിൽ നിന്ന് വീണ ചോര വാഴചുവട്ടി ലും, വെട്ടിയ കായകുലയിലും, അപ്പന്റെ കള്ളിമുണ്ടിലുമൊക്കെ

ഉണ്ടായിരുന്നു. അമ്മയെ കണ്ടപ്പോൾ കുമാരൻ ചേട്ടൻ പറഞ്ഞു: "ക്ടാത്തനോട് ഞാമ്പറഞ്ഞതാ രാവിച്ചോണ്ട് വന്ന വെട്ട്കത്തിയ്ക്ക് നല്ല മൂർച്ച്ണ്ട്...സൂസിക്കണംന്ന്." പക്ഷേ, അമ്മയെ കണ്ടപ്പോൾ അപ്പൻ ഒരു പ്രത്യേക ചിരി ചിരിച്ചു. എന്നീട്ട് അമ്മയോട് പറഞ്ഞു: "നീ കെട്ന്ന് നെലോളിച്ച് പിള്ളേരെ പേടിപ്പിക്കണ്ട. ഐമപച്ചേടെ രണ്ടില പിഴിഞ്ഞ് വെച്ച് ഒന്ന് കെട്ട്."

കുമാരേട്ടൻ അപ്പന്റെ തോർത്ത്മുണ്ടിൽ നിന്നും വെട്ടുകത്തി കൊണ്ട് കീറിയെടുത്ത തുണികഷ്ണം കൊണ്ട് മുറിവ് വെച്ച് കെട്ടി. കുറെ നേരം കുമാരേട്ടനും അമ്മയും കൂടി അപ്പന്റെ കൈ മാറി മാറി ഉയർത്തിപിടിച്ചു. ചോര നിന്നു. ആ മുറിവ് അപ്പന്റെ ഇടത് കൈ പെരുവിരലിന്റെ നടുക്ക് ഒരു മായാമുദ്രയായി മാറി.

മണ്ണിനെ സ്നേഹിച്ച അപ്പൻ. രാവിലെ കുറച്ച് നേരം മണ്ണിൽ പണിചെയ്താൽ രോഗങ്ങൾ വരില്ല എന്നായിരുന്നു അപ്പന്റെ വിശ്വാസം. ആറടിയോളം ഉയരവും, ഏകദേശം തൊണ്ണൂറ് കിലോ തൂക്കവുമുള്ള ശരീരമായിരുന്നു അപ്പന്റേത്. ഇരുനിറത്തേക്കാൾ കൂടിയ കറുപ്പായിരുന്നു അപ്പന്റേത്. അമ്മയെ പെണ്ണുകാണാൻ വന്ന അപ്പനെ കുറിച്ച് അമ്മ ഇടയ്ക്കിയ്ടക്ക് ഇങ്ങനെ പറഞ്ഞ് അപ്പനെ ചൊടിപ്പിക്കാറുണ്ട്: "കറത്ത ആളായ കാരണം അനീത്തിമാർ കൊച്ചേച്ച്യേ വേണ്ടാന്ന് പറഞ്ഞതാ, പിന്നെ ഞാനത്ങ്ങ്ട് സമ്മതിച്ചു." അപ്പോൾ അപ്പൻ ചിരിച്ച് കൊണ്ടു പറയും: "പിന്നെ, മഠം ചാടി വന്ന നിന്നെ കെട്ടാൻ സായ്പ്പ്മാർ കൊരട്ടി കമ്പനി തൊടങ്ങി നിന്റെ മലമുക്ക് നാലുകെട്ട് വരെ നെരന്ന് നിക്കാർന്നു?" അമ്മ കുറച്ച് നാൾ കന്യാസ്ത്രിയാകാൻ മഠത്തിൽ പോയി നിന്നിട്ടുണ്ട്. സ്വന്തം ഇഷ്ടത്താലെ മഠത്തിൽ ചേരുവാൻ ഇറങ്ങിതിരിച്ച അമ്മയ്ക്ക് വിട്ടുമാറാത്ത ചുമ വന്നപ്പോൾ ചികിത്സയ്ക്കായി വീട്ടിലേക്ക് പറഞ്ഞുവിട്ടു. ചികിത്സ കഴിഞ്ഞ് ചുമ മാറിയപ്പോൾ കന്യാസ്ത്രിമാർ അമ്മയെ വീണ്ടും കൊണ്ടുപോകാൻ വന്നു. അപ്പോൾ അപ്പാപ്പൻ പറഞ്ഞു: "ഇനി നീ എങ്ങും പോകണ്ട. കൊരട്ടി കമ്പനിയിൽ ജോലി ശരിയാക്കീട്ടുണ്ട്. അവ്ടെ പോയാൽ മതി." സങ്കടത്തോടെ അമ്മ അത് അംഗീകരിച്ചു. ഇന്നും അമ്മയ്ക്ക് ഈ കാര്യത്തിൽ അപ്പാപ്പനോട് പരിഭവം ഉണ്ട്. ഇതെകുറിച്ച് അമ്മ പറയുമ്പോൾ അപ്പൻ തമാശയ്ക്ക് പറയും:"നീ ഇനീം പൊക്കോടി. ഞാനും പിള്ളേരും രക്ഷപ്പെടട്ടെ." ഞങ്ങളെല്ലാവരും കൂടി ചിരിക്കും.

വീട്ടിൽ ഇത്തരം കോമഡി, പാരഡി പരിപാടികൾ ഇങ്ങനെയൊക്കെ ഉണ്ടാകാറുണ്ടായിരുന്നു. ഇന്ന് അതൊക്കെ ഗൃഹാതുരത്വം ഉണർത്തുന്ന സ്മരണകളായി മനസ്സിന് ഇടയ്ക്കിടയ്ക്ക് കുളിർമ്മ തരുന്നു.

പാടത്തും പറമ്പിലും അപ്പന്റേയും അമ്മയുടേയും സഹായികൾ ആയിരുന്ന ഉണ്ണീലിയും, കുമാരേട്ടനും, ത്രേസ്യ ചേടത്തിയാരും ഒക്കെ ഞങ്ങൾക്ക് കൂലികാർ ആയിരുന്നില്ല; ഞങ്ങളുടെ വീട്ടിലെ അംഗങ്ങളെ പോലെയായിരുന്നു. കുമാരേട്ടനും, ഉണ്ണീലിയും ഹരിജനങ്ങൾ ആയിരുന്നുവെങ്കിലും, ഞങ്ങൾ മക്കളുടെ കുട്ടിക്കാലത്ത് അവർ ഭക്ഷണം കഴിക്കുമ്പോൾ, അവരിൽ നിന്നൊക്കെ ഭക്ഷണം വാങ്ങി കഴിക്കുന്നവരായിരുന്നു. ഉച്ചയ്ക്ക് ഊണിന് മീൻ കറി കൊടുത്താൽ, മീനൊക്കെ ഞങ്ങൾ ഉണ്ണികളുടെ വായേൽ വച്ച് തന്ന് മീൻചാറ് കൂട്ടി മാത്രം ചോറുണ്ണുന്നവളായിരുന്നു ഞങ്ങളുടെ സ്വന്തം ഉണ്ണീലി കണക്കി.

ഒരിക്കൽ പടിഞ്ഞാറേലെ വലിയമ്മ നീരസത്തോടെ അമ്മയോട് ചോദിക്കുന്നത് ഞാൻ കേട്ടിട്ടുണ്ട്: “നീ എന്ത്റ്റാണ്ടി റോസ്സ്യേ, പണിക്കാർക്ക് തിന്നാനും കുടിക്കാനും കൊട്ക്കണത്. ഞാനൊന്ന് പണിക്ക് വിളിച്ചാ, അവരപ്പ പറയും നിന്റെ വീട്ടില് പണീംണ്ട്ന്ന്.” അമ്മ പറഞ്ഞു: “ന്റെ ചേട്ത്ത്യാരെ, ഞാനെന്ത് കൊട്ക്കണ് വിശേഷാൽ...അവർക്ക് നല്ലോണം തിന്നാൻ കൊട്ത്താൽ അല്ലെ, അവര് നല്ലോണം പണിയെട്ക്കാ...”

പണിക്കാർ പറയുന്നത് ഞാനും കേട്ടിട്ടുണ്ട്, അവർ പണിക്ക് പോകുന്ന ചിലരുടെ വീടുകളിൽ രണ്ട് തരം പാചകം ഉണ്ടെന്ന്. പണിക്കാർക്ക് താഴ്ന്ന തരം ഭക്ഷണം, വീട്ടുകാർക്ക് മുന്തിയതരം തീറ്റ. പയറും, മുതിരയും, മീനുമൊക്കെ വീട്ടുകാർക്കുള്ള അടുക്കളയിൽ വേവുമ്പോൾ, വാഴമാങ്ങ്, കണ്ടിചേമ്പിൻ തള്ള, കയ്ക്കുന്ന കാരണം പറയ്ക്കാതെ മാറ്റി നിർത്തിയിട്ടുള്ള കൊള്ളി, വേവാത്ത ചേന, വിത്തിന് വെച്ചിരുന്ന നൂറും രസവും കെട്ട മൂത്ത് മുതുക്കായ മത്തങ്ങ, കുമ്പളങ്ങ ഇതൊക്കെ ആകും താഴെ തണ്ടികപുരയിൽ വേലക്കാർക്കായി വെന്തുകൊണ്ടിരിക്കുന്ന കറിവിഭവങ്ങൾ. ഒപ്പം, ചാത്തുണ്ണി നായരുടെ റേഷൻ കടയിൽ നിന്ന് കണക്കികൾ വാങ്ങികൊണ്ടു വരുന്ന മോശപ്പെട്ട റേഷനരിയും. കണക്കന്മാരുടെ റേഷനരി വില കുറവിൽ വാങ്ങി പണിക്കാർക്ക് വെച്ചു കൊടുക്കുവാൻ പ്രത്യേകം സു

ക്ഷിച്ചുവെക്കും ഇത്തരം വീട്ടുകാർ. ഞങ്ങളുടെ വീട്ടിൽ പണിക്കു വരുവാൻ പ്രത്യേകം താല്പര്യം കാണിക്കുന്നത് അമ്മ കൊടുക്കുന്ന നല്ല ഭക്ഷണം കൊണ്ട് ആണെന്നുള്ളത് ഒരു പരമാർത്ഥമായിരുന്നു. അമ്മ പറയാറുണ്ട്: "മ്മ്ടെ കണ്ടത്തിലും പറമ്പിലും അവറ്റേടെ വെയർപ്പ് കൊണ്ടല്ലേ വെല്ലതും ഉണ്ടാകണ്. അവറ്റയ്ക്ക് വായേൽ വെയ്ക്കാൻ കൊള്ളില്ലാത്തത് കൊടുത്താൽ ദൈവം തമ്പുരാൻ ശിക്ഷിക്കും."

രാവിലെ മുതൽ വൈകുന്നേരം വരെ പാടത്ത് ഞാറ് പറിച്ചും നട്ടും, കള നീക്കിയുമൊക്കെ വരുമ്പോൾ ഉണ്ണീലിയുടെ മുഖം വീർത്തിരിക്കും. കുമ്പിട്ട് നിന്ന തുടർച്ചയായുള്ള പണികൊണ്ട് മുഖത്ത് സംഭവിക്കുന്നതാണിത്. പണികഴിഞ്ഞ് വരുമ്പോൾ അമ്മ കുറച്ച് നല്ലെണ്ണ ഉണ്ണീലിയുടെ കയ്യിൽ ഒഴിച്ച് കൊടുത്ത് കൊണ്ട് പറയും: "നിന്റെ കണ്ണും മോറുമൊക്കെ ചീർത്തിരിക്കണ്. ഇതങ്ങ്ട് തലേല് തേയ്ക്ക്, മോത്തും കൊറച്ച് പെരട്ട്...എന്നിട്ട് വീട്ടിൽ ചെന്ന് പടിഞ്ഞാറെ പാടത്ത് പോയൊന്ന് മുങ്ങി കുളിക്ക്." ഇത്തരം നേരങ്ങളിൽ ചിലപ്പോൾ ഉണ്ണീലി സന്തോഷം കൊണ്ട് കരയുന്നത് ഞാൻ കണ്ടിട്ടുണ്ട്.

അമ്മ നാലാമത് ഗർഭിണി ആയിരിക്കുമ്പോൾ, വിശ്രമമില്ലാതെയുള്ള അമ്മയുടെ ജോലികൾ കണ്ടിട്ട് ഉണ്ണീലി പറയുമായിരുന്നു: "ദേ, നിങ്ങടെ വയറ്റില് ഒരു കൊച്ച് ഉണ്ടെന്ന് മറക്കരുത് മാപ്ലിച്ച്യേ...ഒന്ന്ങ്ങ്ട് നീങ്ങി നിന്നേ...വെള്ളം കലം ഞാൻ എടുത്ത് കൊണ്ടോയ് വെയ്ക്കാം അകത്ത്." അന്ന് വീട്ടിൽ പൈപ്പിലൂടെ വെള്ളം വരുന്ന സൗകര്യം ഇല്ലായിരുന്നു... മിക്സിയില്ല... പ്രഷർ കുക്കറില്ല... ഗ്യാസ് അടുപ്പില്ല... വാഷിംഗ് മെഷീൻ ഇല്ല. എങ്കിലും, ഒന്നിനും കുറവുണ്ടായിരുന്നില്ല. അഭാവങ്ങളെ അകറ്റി നിർത്താനുള്ള ത്യാഗസൂത്രങ്ങൾ അപ്പനും അമ്മയും സ്വായത്തമാക്കിയിരുന്നു. ഇന്ന് എന്നെ കുറിച്ച് പലരും പറയുന്ന ഒരു അഭിപ്രായം ഉണ്ട്: "നെരേപറമ്പന് ഒരു ജോലിയും ചെയ്യാൻ മടിയില്ല. കിടപ്പിലായ വെല്യച്ചാരുടെ വിസർജ്യങ്ങൾ നീക്കുവാൻ വരെ ഒരു അറപ്പും വെറുപ്പും ഇല്ല. അപ്പനിൽ നിന്നും അമ്മയിൽ നിന്നും ത്യാഗസൂത്ര സലിലത്തിന്റെ ചെറുതുള്ളികൾ എന്നിലും പതിച്ചിട്ടുണ്ട്.

അമ്മ നാലാമത് പ്രസവിച്ചത് പെൺകുഞ്ഞിനെ ആയിരുന്നു. ഞാൻ അന്ന് നാലാം ക്ലാസ്സിൽ ആയിരുന്നു. സ്കൂളിൽ പോകും

നേരത്ത് അമ്മയ്ക്ക് എന്തോ സംഭവിക്കുവാൻ പോകുന്നു എന്ന് ഞാൻ ഗ്രഹിച്ചു. അമ്മായി രണ്ട് ദിവസം മുൻപ് വീട്ടിൽ എത്തിയിട്ടുണ്ട്. അമ്മാമ്മ ഇടയ്ക്കിടയ്ക്ക് വന്ന് നോക്കുന്നുണ്ട്. അമ്മ കിടപ്പിലാണ്. ഉണ്ണീലിയാണ് രാവിലെ കഞ്ഞിയും, ചമ്മന്തിയുമൊക്കെ ഉണ്ടാക്കിയത്. അപ്പൻ ഒരിടത്തും പോകാതെ വീട്ടിൽ തന്നെഉണ്ട്. ഞാൻ സ്കൂളിൽ പോകും നേരത്ത് അപ്പനോടായി അമ്മായി പറഞ്ഞു: "ദേസുട്ട്യേ...ഇനി നീ ആ മിഡൈഫ്പ്പിനെ കൂട്ടികൊണ്ട് വന്നോ... സമയം ആയി കൊണ്ടിരിയ്ക്കയാണ്..." ഞാനും അനുജനും സ്കൂളിൽ പോകും നേരത്ത് അമ്മയെ ഒന്ന് കണ്ടു. അമ്മ കിടന്ന് കൊണ്ട് കൊന്ത ചൊല്ലുന്നു. അമ്മ പറഞ്ഞു: "മൊക്കള് പൊക്കൊ... സ്കൂളിന്ന് വരുമ്പോ ഒരു കൂട്ടം അമ്മ കാണിച്ചു തരാം."

എനിക്ക് സ്കൂളിൽ പോകാൻ ഒട്ടും താൽപര്യം ഉണ്ടായില്ല. സ്കൂളിൽ ചെന്ന് കഴിഞ്ഞപ്പോൾ വേഗം നാലുമണിയാകണെ...കൂട്ടമണി അടിക്കണെ എന്ന് ഞാൻ ആശിച്ചുകൊണ്ടിരുന്നു. ഉച്ചയ്ക്ക് മണി അടിക്കാറായപ്പോൾ ഭാരതി ടീച്ചർ എന്നെ അടുത്ത് വിളിച്ച് പഞ്ഞു: "ജോർജ്ജിന് അനുജത്തി ഉണ്ടായി. അപ്പൻ വന്നിട്ടുണ്ടായിരുന്നു. അനുജനോട് ഊണ് കഴിക്കുമ്പോൾ പറഞ്ഞേക്ക്." അന്ന് ഉച്ചക്ക് ഞാനും, അനുജനും ഊണ് കുറച്ച് മാത്രമേ കഴിച്ചുള്ളൂ. എന്നാൽ, ഉണ്ണീലി ഉണ്ടാക്കിതന്ന ഉപ്പുമാങ്ങയുടെയും, കശനണ്ടിയുടെയും കൂടെ നെയ്മുളക് ചേർത്തുണ്ടാക്കിയ ചമ്മന്തി രണ്ട് പേരും മുഴുവൻ കഴിച്ചു. നാലുമണിക്ക് സ്കൂൾ വിട്ടപ്പോൾ ഞാനും അനുജനും വീട്ടിലേക്ക് ഓടി. വീട്ടിൽ ചെന്നപ്പോൾ തന്നെ ഉണ്ണീലി പറഞ്ഞു: "മൂന്നാങ്ങളമാർക്ക് ഒരു പെങ്ങള് ഉണ്ടായല്ലൊ...വാ...കാണിച്ചുതരാം." ഉണ്ണീലിയാണ് ഉണ്ണിപെങ്ങളെ കാണിക്കുവാൻ ഞങ്ങളെ കൊണ്ടുപോയത്. അമ്മ കിടക്കുന്ന മുറിയിൽ ചെന്നപ്പോൾ ചോര നിറത്തിലുള്ള പെങ്ങളുണ്ണി അമ്മയുടെ ഒരു വശത്തും കുഞ്ഞായിരുന്ന രണ്ടാമത്തെ അനുജൻ പോളി അമ്മയുടെ മറുവശത്തും കിടന്നുറങ്ങുന്നു! അമ്മയും ഉറങ്ങുകയായിരുന്നു. മിണ്ടരുത് എന്ന് അമ്മായി ഞങ്ങളോട് കൈകൊണ്ട് കാണിച്ചു.

അന്ന് വീട്ടിൽ ആകെ ബഹളം ആയിരുന്നു. ചുറ്റുപാടുമുള്ള പെണ്ണുങ്ങളൊക്കെ വീട്ടിൽ വന്നും പോയും കൊണ്ടിരുന്നു. നേരം ഇരുട്ടി തുടങ്ങിയപ്പോൾ ഉണ്ണീലിയെ അപ്പൻ വീട്ടിൽ കൊണ്ടു ചെന്നാക്കി.

ഉണ്ണിയുടെ കരച്ചിലായിരുന്നു അന്ന് വീട്ടിൽ എന്നിൽ വലിയ കൗതുകം ഉണർത്തിയത്. അമ്മായിയും അമ്മയും ഉറക്കെ താരാട്ട് പാടുന്നു. അന്നും സന്ധ്യാ പ്രാർത്ഥന വീട്ടിൽ മുടങ്ങിയില്ല. എനിക്ക് അമ്മയെ കാണാതെ പറ്റില്ലെന്നായി. ഞാൻ അമ്മായിയോട് ശാഠ്യത്തിൽ അമ്മയെ കാണണം എന്ന് പറഞ്ഞു. അപ്പോൾ അമ്മായി പറഞ്ഞു: "ഇപ്പൊ മോൻ പോണ്ട. ഉറങ്ങിക്കോ...നാളെ കാണാം."

രാവിലെ ഞാൻ കണ്ണുതുറന്നത് ഉണ്ണീലിയുടെ സ്വരം കേട്ടിട്ടാണ്. അമ്മയെ ഉണ്ണീലി ശകാരിച്ച് കൊണ്ട് പറയുന്നു: "നിങ്ങളവ്ടെ അടങ്ങി ഒതുങ്ങി കെടന്നേൻ. ഇങ്ങനെ ഉണ്ടോ ഒരു പെമ്പ്രന്നോത്തി. മാപ്ലേടേം, പിള്ളേർടേം കാര്യമൊക്കെ ഞങ്ങള് നോക്ക്യേക്കാം. ആധികൊള്ളാണ്ട് ആ കൊച്ച്ന് മൊല കൊട്ക്ക്." അതായിരുന്നു എന്റെ അമ്മ. എന്റെ അമ്മ ഉറങ്ങുന്നത് ഞാൻ കണ്ടിട്ടില്ല. ഇരുന്ന് ഭക്ഷണം കഴിക്കുന്നത് ഞാൻ കണ്ടിട്ടില്ല. വിശ്രമം ഇല്ലാതെ ജോലിയെടുക്കുമ്പോൾ അമ്മ പറയും: "പിള്ളേര് കാലമാകട്ടെ. അവര്ടെ കെട്ട്യോള്മാര് വരുമ്പോ എനിക്ക് കയ്യാട്ടത്തിന് ആളുണ്ടാകും." അമ്മയുടെ സ്വപ്നങ്ങൾ...എന്റെ അമ്മയെ പോലുള്ള എല്ലാ അമ്മമാരുടേയും സ്വപ്നങ്ങൾ. സ്വപ്നങ്ങളിൽ ആശയുണ്ട്. പ്രതീക്ഷ ഉണ്ട്. ആശ്വാസം ഉണ്ട്. യാഥാർത്ഥ്യങ്ങൾ ജീവിതത്തിൽ അഭിമുഖീകരിക്കും വരെ സ്വപ്നങ്ങളാണ് നമുക്ക് അതിജീവനത്തിനുള്ള ഊർജ്ജം പകരുന്നത്.

എപ്പോഴും തിക്കും തിരക്കും ആയിരുന്നു എങ്കിലും, അമ്മയ്ക്ക് ആവലാതികൾ ഉണ്ടായിരുന്നില്ല. കുടുംബ ജീവിതത്തിന്റെ പ്രാരാബ്ധങ്ങളെ അമ്മ സന്തോഷത്തോടുകൂടി തന്നെയാണ് കൊണ്ടുനടന്നിരുന്നത്. അമ്മ വലിയ വർത്തമാനപ്രിയ ആയിരുന്നു. ഉണ്ണീലിയും അമ്മയും ഇന്നത്തെ ഫേസ്ബുക്ക് സുഹൃത്തുക്കളെപോലെ വലിയ സംസാരസുഹൃത്തുക്കൾ ആയിരുന്നു. സമയം കിട്ടിയാൽ അവർ അവരുടെ സംസാര സാഗരത്തിലേക്ക് ഊളിയിടും. അത് രണ്ടാൾക്കും മാനസിക സന്തോഷത്തിന്റെ പോംവഴികൾ ആയിരുന്നു. സംസാരം മുറുകുമ്പോൾ ഉണ്ണീലി കരഞ്ഞ് രണ്ടാംമുണ്ട് കൊണ്ട് മുഖം തുടയ്ക്കുന്നത് കാണാം. അമ്മ കരഞ്ഞ് മൂക്കു ചീറ്റി മുണ്ടിന്റെ ഞൊറിയിൽ തുടയ്ക്കുന്നതും കാണാം. കല്യാണം കഴിക്കാതെ നിന്നുപോയ ഉണ്ണീലി ജീവിച്ചിരുന്നത് ചേച്ചിയുടെ കൂടെ ആയിരുന്നു. വീട്ടിലുണ്ടായിരുന്ന ചേച്ചിയുടെ ആൺമക്കൾ താന്തോ

ന്നികളായിരുന്നു. മൂത്തവൻ കോളനിയിലെ തന്നെ ഒരുത്തിയെ പ്രേമിച്ച് കല്യാണം കഴിച്ച് വേറിട്ട് താമസിക്കുന്നു. ചേച്ചിയുടെ മകൾ വിവാഹം വേർപെടുത്തി വീട്ടിൽ വന്ന് നില്ക്കുന്ന കാലത്ത് ഇഷ്ടിക കളത്തിൽ വെച്ച് പരിചയപ്പെട്ട ഒരു താഴ്ന്ന ജാതിക്കാരന്റെ കൂടെ ഒളിച്ചോടിപോയി. ചേച്ചിയുടെ കണക്കൻ കുടിയനും ചീട്ടുകളിക്കാരനുമായിരുന്നു. കണ്ണീർ തുടച്ചുകൊണ്ട് അമ്മയോട് ഉണ്ണീലി പറയും: “എന്റെ മാപ്ലിച്ച്യേ, ഇവ്ടെ വരുമ്പോ എല്ലാം ഞാൻ മറക്കും. ആർക്കാനും വേണ്ടി പണി എടുത്ത് ഞാൻ മടുക്കണ്. ചാവും വരെ ജീവിക്കണ്ടെ. അവ്ടെ ചെന്നാൽ ധൈര്യം ഇല്ല്യ. കള്ളന്മാര് കുടിച്ചോണ്ട് വന്ന് അങ്കം കൂടും. കുഞ്ഞമ്മേ, കാശ്ണ്ടോന്ന് ചോദിച്ച് മടികുത്തുവരെ പിടിച്ച് വലിക്കും. മൂറ്ക്കാൻ പൊതി പിച്ചിചീന്തും. ചേച്ചിനെ ഓർത്താണ് ഞാനീ പാടുപെടണെ.” അമ്മയുടെ കരച്ചിലും, എണ്ണിപറക്കലും അമ്മ വീട്ടുകാർ കാര്യമായൊന്നും നൽകാതെ കെട്ടിച്ചയച്ചതിനെ കുറിച്ചാണ്. ചുണ്ടുകൾ കോട്ടി കണ്ണീർ ഒഴുക്കി അമ്മ പറയും: “അമ്മയില്ലാണ്ട് വളർന്നോരാ ഞങ്ങൾ...എന്തോരം സ്വത്താ അവ്ടെ...ഞങ്ങള് പെങ്കിടാങ്ങളെ ചാലക്കുടി ചന്തേല് മാടുകളെ വില്ക്കണപോലെ ഓരോരുത്തർക്ക് വിറ്റ് അപ്പനും ആങ്ങളമാരും കൈകഴുകി. ദുഷ്ട പീലാത്തോസുകൾ.” രണ്ട് പേരുടെയും സംസാരം അവസാനിക്കുക അപ്പൻ നിർത്തുവാൻ പറഞ്ഞ് ഒച്ച വെയ്ക്കുമ്പോഴാണ്.

അമ്മയേക്കാൾ പ്രായം ഉണ്ടായിരുന്നു ഉണ്ണീലിക്ക്. അമ്മയ്ക്ക് ഉണ്ണീലി അമ്മ, ചേച്ചി, കൂട്ടുകാരി, ആശ്വാസക, സഹായിനി അങ്ങനെ...അങ്ങനെ ഹൃദയത്തോട് ചേർത്തുവെച്ച ഒരു സ്വന്തക്കാരി ആയിരുന്നു. അമ്മ ഇടയ്ക്ക് പറയും: “കണക്കി പെണ്ണായാലും എന്താ? അവള് വളരെ നല്ലോളല്ലേ? പണിക്ക് കിട്ടിത് ഭാഗ്യം. പലരും അവളെ റാഞ്ചികൊണ്ടോകാൻ താപ്പ് നോക്കി ഇരിക്യാ..വിട്ട് കൊടുക്കില്ല്യ അവളെ ഞാൻ...”

അമ്മയുടെ കൂടെ പഠിച്ച പ്ലമേനമ്മായി വീട്ടിൽ വരുമ്പോൾ ഉണ്ണീലിയെ വിളിയ്ക്കാൻ അമ്മ എന്നെ പറഞ്ഞുവിടും. ഉണ്ണീലി ഒരു സങ്കോച ചിരിയോടെ പ്ലമേനമ്മായിയുടെ മുമ്പിൽ വന്ന് നിൽക്കുമ്പോൾ അമ്മ പറയും: “ഉണ്ണീല്യേ നീ ആ മുടിയൊന്ന് അഴിച്ചിട്ടേ...” അമ്മയുടെ ആഗ്രഹം നിരസിക്കുവാൻ പറ്റാത്ത ഉണ്ണീലി മുടി അഴിച്ചിടും. ഉണ്ണീലിയുടെ നീണ്ട മുടി കണ്ട് അന്തംവിട്ട് പ്ലമേനമ്മായി

പറയും: "നീ ശരിക്ക് കണക്കി ആണോടി? ശൂദ്രമ്മമാരുടെ പോലെ ആണല്ലോടി നിന്റെ മുടി. എന്താ നീളവും, ഉള്ളും."

കലാനിലയം നാടകട്രൂപ്പിന്റെ 'കടമറ്റത്ത് കത്തനാർ' നാടകം വൈദീകനായ ശേഷമാണ് ഞാൻ കണ്ടത്. അതിലെ കള്ളിയങ്കാട്ട് നീലിയുടെ നീണ്ട സമൃദ്ധമായ കേശഭംഗി കണ്ടപ്പോൾ അറിയാതെ ഞങ്ങളുടെ ഉണ്ണീലിയുടെ മുടിയഴക് ഞാൻ ഓർത്തു പോയിട്ടുണ്ട്. കള്ളിയങ്കാട്ട് നീലിക്ക് തന്റെ തിക്താനുഭവങ്ങൾ ഉഗ്രരൂപിണിയായ ഉപദ്രവകാരിയാകുവാൻ കാരണം തീർത്തു. എന്നാൽ, ഞങ്ങളുടെ ഉണ്ണീലി സർവ്വം സഹയായ സ്ത്രീസങ്കല്പത്തിന്റെ ആൾരൂപമായി. ഉണ്ണീലിക്ക് വേലകളും, പൂരങ്ങളും, ഭരണിയും, ഉത്സവങ്ങളും അടുത്തുള്ള പള്ളി പെരുനാളുകളും പ്രിയപ്പെട്ടതായിരുന്നു. പറപ്പൂക്കര ലോനമുത്തപ്പന്റെ പെരുന്നാളിനും, താഴേക്കാട് കുരിശുമുത്തപ്പന്റെ പെരുന്നാളും ഒരിക്കലും ഉണ്ണീലി ഒഴിവാക്കാറില്ല. പള്ളിയിൽ ചെന്നാൽ ഉണ്ണീലിയും ഞങ്ങളുടെ കൂടെ മുട്ടുകുത്തി പ്രാർത്ഥിക്കും. വീട്ടിൽ ചൊല്ലുന്ന കുറെ പ്രാർത്ഥനകളൊക്കെ ഉണ്ണീലിക്കും അറിയാമായിരുന്നു.

അമ്മയുടെ ഏറ്റവും താഴെയുള്ള അനുജത്തി കന്യാസ്ത്രീയായി. അപ്പോസമ്മായി എന്ന് ഞങ്ങൾ വിളിച്ചിരുന്ന അൽഫോൻസമ്മായി കന്യാസ്ത്രിയായി വീട്ടിൽ വന്നപ്പോൾ ആദ്യം ചോദിച്ചത് ഉണ്ണീലി എവിടെയാണെന്നാണ്. ഉണ്ണീലി തിരക്കിട്ട് സദ്യയ്ക്കുള്ള ചേരുവകൾ അരയ്ക്കുകയായിരുന്നു. അമ്മ നല്ല പാചക വിദഗ്ദയായിരുന്നു. അമ്മയുടെ ഇറച്ചി കറികളും, മീൻ കറിയും വളരെ വിശേഷപെട്ടതായിരുന്നു. കറികളുമായി ബന്ധപ്പെട്ട് വിരുന്നുകാർ അമ്മയെ പുകഴ്ത്തി പറയുമ്പോൾ അമ്മ പറയും: "അത് ആ ഉണ്ണീലി അരച്ചു തന്ന മല്ലീം മൊളകിന്റേം ഗുണം കൊണ്ടാണ്." ഉണ്ണീലി വീട്ടിലെ വേലക്കാരിയായിരുന്നു എങ്കിലും, ഉണ്ണീലിയെ കുറിച്ച് നല്ലതു പറയുന്ന അമ്മയുടെ ശീലം എനിക്കും കിട്ടിയിട്ടുണ്ട്. ആശ്രമങ്ങളിലെ പാചകക്കാരോട് പാചകത്തെ കുറിച്ച് അഭിപ്രായങ്ങൾ പറഞ്ഞ് പ്രോത്സാഹിപ്പിക്കുവാൻ ഞാൻ എന്നും താല്പര്യം എടുക്കാറുണ്ട്. ഇത്തരത്തിൽ അഭിപ്രായങ്ങൾ കേട്ടിട്ട് സന്തോഷിക്കുന്ന പാചകക്കാരെ ഞാൻ ശ്രദ്ധിച്ചിട്ടുണ്ട്.

ഉണ്ണീലിക്ക് ഞങ്ങൾ വീട്ടിൽ ചൊല്ലുന്ന പ്രാർത്ഥനകൾ കുറെയൊക്കെ അറിയാമായിരുന്നു. അപ്പോസമ്മായി സി.ഫോൺസി

യായി വീട്ടിൽ വന്നപ്പോൾ ഉണ്ണീലിയെ വളരെ പരിചയമുണ്ടായിരുന്ന അപ്പോസമ്മായി ഉണ്ണീലിയോട് പറഞ്ഞു: "ഉണ്ണീലി നീ ആ പ്രാർത്ഥനകളൊക്കെ ഒന്ന് ചൊല്ലി കേൾപ്പിക്ക്. എത്ര നാളായി ഞാൻ ഇതൊക്കെ കേട്ടിട്ട്." 'നന്മ നിറഞ്ഞ മറിയം' ഉണ്ണീലി വളരെ സ്പഷ്ടമായി തെറ്റു കൂടാതെ ചൊല്ലി കേൾപ്പിച്ചു. പിന്നീട് 'ഈശോടെ മധുരമുള്ളൻ തിത്തമേ' എന്ന് ചൊല്ലിയപ്പോൾ ഞങ്ങളെല്ലാവരും ചിരിയടക്കി പിടിച്ചു. 'ഈശോയുടെ മധുരമുള്ള തിരുഹൃദയമേ' എന്നുള്ളതാണ് ഉണ്ണീലിയുടെ ശൈലിയിൽ ചൊല്ലി കേൾപ്പിച്ചത്. ഞങ്ങൾ ചിരി നിയന്ത്രിച്ച് നിന്നത് ഉണ്ണീലിയുടെ പാട്ടു കേൾക്കുവാനാണ്. ചിരിച്ചാൽ ഉണ്ണീലി പാടുകയില്ല എന്ന് ഞങ്ങൾക്ക് അറിയാമായിരുന്നു. ഓണംകളി പാട്ടുകാരിയായിരുന്ന ഉണ്ണീലി മധുരമായി പാടി: 'നിത്യസഹായ മാതേ, പ്രാർത്ഥിക്ക ഞങ്ങൾക്കാണി'. ഞങ്ങൾക്ക് ചിരി നിയന്ത്രിക്കുവാൻ പറ്റാതെ വന്നു. 'നിത്യസഹായ മാതേ, പ്രാർത്ഥിക്ക ഞങ്ങൾക്കായ് നീ' എന്നുള്ളതാണ് ഉണ്ണീലി പാടിയത്. ഞങ്ങളെ അമ്മ ശകാരിച്ചു. പ്രാർത്ഥനാ സമയത്ത് അടുക്കളയിലും, പിന്നാമ്പുറത്തും നിൽക്കുന്ന ഉണ്ണീലി ഇങ്ങനെയെങ്കിലും പ്രാർത്ഥിക്കുകയും പാടുകയും ചെയ്യുന്നുണ്ടല്ലോ എന്നു പറഞ്ഞ് ഉണ്ണീലിയെ അമ്മ ന്യായീകരിച്ചു. പ്രാർത്ഥന തുടങ്ങിയാൽ, ഉടനെ ഉറക്കം തൂങ്ങുന്ന സ്വഭാവക്കാരായ ഞങ്ങൾ, പ്രാർത്ഥന ശേഷമുള്ള അത്താഴ സമയം വരുമ്പോളാണ് കണ്ണു തുറക്കുക എന്നു പറഞ്ഞ് അപ്പോസമ്മായിയുടെ മുമ്പിൽ ഞങ്ങൾ മക്കളെ അമ്മ കൊച്ചാക്കി.

ആഘോഷങ്ങളിൽ പങ്കെടുക്കുവാൻ ഉണ്ണീലി ഉടുത്തൊരുങ്ങി പോകുമ്പോൾ വീട്ടിൽ വന്ന് ഞങ്ങളെ കണ്ടിട്ടാണ് പോവുക. തിരിച്ച് വരുമ്പോൾ ഞങ്ങൾക്ക് പൊരി, ഈന്തപഴം, ഓറഞ്ച്, ഇഞ്ചിമിഠായി, മധുരസേവ, ചുണ്ടും നാവും ചുവപ്പ് നിറത്തിലാക്കുന്ന പലഹാരം, ഇവയെല്ലാം ഉള്ള ഒരു പൊതി ഉണ്ണീലി കൊണ്ടുവരും. അനുജത്തിക്ക് വളയും, റിബ്ബണും സ്പെഷ്യൽ ആയിട്ട് ഉണ്ടാകും. ഇത് കാണുമ്പോൾ അപ്പൻ പറയും: "എന്തിനാ ഉണ്ണീല്യേ...ഈ കാശ് മൊടക്കി ഇതൊക്കെ കൊണ്ടര്ണ്?" ഉണ്ണീലി ദേഷ്യപ്പെട്ട് പറയും: "നിങ്ങളൊന്ന് മിണ്ടാണ്ടിരിക്ക് മാപ്ലാരെ...എന്റെ ക്ടാങ്ങളാ..." അനുജത്തിയുടെ കയ്യിൽ വളയിട്ട് കൊടുക്കുമ്പോൾ ഉണ്ണീലി പറയും: "ഞാൻ പേറും പെറപ്പും നോക്കി എടുത്ത എന്റെ

മോളാ ഈ വട്ടക്കണ്ണി." ഉണ്ണീലി പറഞ്ഞുതീരും മുമ്പ് അടുക്കളയിൽ നിന്ന് അമ്മയുടെ സ്വരം ഉയരും: "ഇനി ഞാൻ അവളെ പെറ്റില്ലാന്ന് നീ പറയോടി? ഇതിലെ വാടി, വന്ന് വെല്ലതും വായേലിട്ടോ..." ഉണ്ണീലി അടുക്കളയിൽ ചെല്ലും. പിന്നെ ഉണ്ണീലിയും അമ്മയും വർത്തമാന ചാക്കുകൾ അഴിച്ചിടും. ഞങ്ങൾ ഉണ്ണീലി കൊണ്ടുവന്നത് തിന്ന് തീർക്കും.

ഒരിക്കൽ ഉണ്ണീലിയെ അമ്മ പറഞ്ഞിട്ട് വിളിച്ചു കൊണ്ടുവരുമ്പോൾ ഞാൻ ചോദിച്ചു. "ഉണ്ണീലി തെണ്ടനെ കണ്ടിട്ടുണ്ടോ?" ഉടനെ വന്നു ദേഷ്യത്തോടെ ഉണ്ണീലിയുടെ ഉത്തരം: "ആ മൈരൻ ചെക്കൻ അന്ത്രു പറഞ്ഞതാകും അല്ലേ? അവനായിട്ട് മോന് കൂട്ട് വേണ്ടട്ടാ...ആ മൈന മാപ്ലേടെ മൂട്ടീന്ന് പോരാണ്ട് നടക്കണോനാ അവൻ. ഇന്നാള് മോൻ അവന്റെ കൂടെ പാടത്തേക്ക് പോകണ കണ്ടപ്പോ അന്ന് ഞാൻ കരുതിതാ അവനിങ്ങനെ ഓരോ കുരുത്തക്കേട് പറഞ്ഞ് തരൂന്ന്." ഞങ്ങളുടെ വീടിന്റെ പരിസരത്ത് തെണ്ടന്റെ തേർവാഴ്ച ഉണ്ടെന്ന് എന്നും സംസാരം ഉണ്ടായിരുന്നു. രാത്രികാലങ്ങളിൽ ഇരുമ്പ് ചങ്ങല കാലിൽ കെട്ടിയിട്ട് തെണ്ടൻ കിഴക്ക് നിന്ന് പടിഞ്ഞാറോട്ട് പോകുമത്രെ. ഞങ്ങളുടെ പ്രദേശത്ത് തെണ്ടനെ കണ്ടവരും, തെണ്ടന്റെ ചങ്ങലയൊച്ച കേട്ടവരും ഉണ്ടായിരുന്നു. ഞങ്ങളുടെ പറമ്പുകളിൽ നല്ല ചരൽ ഉണ്ടായിരുന്നു. കറുത്ത നിറം കലർന്ന ചരലുകളെ കാണുന്നത് കുട്ടികാലത്ത് എനിക്ക് വളരെ കൗതുകമായിരുന്നു. ചരലിലൂടെ ചങ്ങല വലിച്ചുകൊണ്ടുള്ള ഒച്ചയോടുകൂടിയ തെണ്ടന്റെ തേർവാഴ്ചയെ കുറിച്ച് കേട്ട് ഞാൻ പേടിച്ചിട്ടുണ്ട്. ഉണ്ണീലി പറഞ്ഞു: "തെണ്ടനൂല്ല്യ..കണ്ടനൂല്ല്യാ...പുളിശ്ശേരികോള് കൊയ്ത്ത് കഴിഞ്ഞ് രാത്രി മുഴുവൻ മെതിക്കുമ്പോളും, വൈക്കോല് ചിക്കാനുമൊക്കെ പോകുമ്പോളും ഇത്രേം കാലായിട്ട് ഞാൻ ഒരു തെണ്ടനേം കണ്ടിട്ടില്ല. ഓരോരുത്തര് ഉണ്ടാക്കണ ഓരോ പുകിലുകൾ...മോൻ അതൊന്നും കാര്യാക്കണ്ട." ഉടനെ ഞാൻ ഉണ്ണീലിയോട് ചേദിച്ചു: "അപ്പോ, തച്ചോലിലെ കൃഷ്ണേട്ടന് രോഗം വന്നതോ."

കൃഷ്ണേട്ടൻ വടക്കൻ വീരഗാഥയിലെ ചന്തുവിനെക്കാൾ സുന്ദരനായിരുന്നു. വള്ളുവനാട്ടിൽ നിന്ന് നാടുവാഴി കൊണ്ടുവന്ന് ഞങ്ങളുടെ പ്രദേശത്ത് പറമ്പും, നിലവും കൊടുത്ത്, താമസിപ്പിച്ച തച്ചോളി തറവാട്ടിലെ ചേകവന്മാരുടെ തായ്‌വഴിയിൽ പെട്ടതായി

രുന്നു കൃഷ്ണേട്ടന്റെ അച്ഛൻ കൊച്ചുചോൻ. ചേകവൻ ലോപിച്ച് ചോൻ ആയിത്തീർന്നു.

തച്ചോളി തറവാട്ടിൽ നിന്ന് വന്നു പാർത്തവർ ആയതുകൊണ്ടാണത്രെ കൃഷ്ണേട്ടന്റെ തറവാട്ട്പേര് തച്ചോലി വീട്ടിൽ എന്നായത്. എനിക്ക് ഓർമ്മവെച്ച നാൾ മുതൽ കൃഷ്ണേട്ടൻ അപസ്മാര രോഗി ആയിരുന്നു. കൃഷ്ണേട്ടൻ എങ്ങോട്ട് നീങ്ങിയാലും കൂടെ അമ്മ വള്ളിചോത്തി ഉണ്ടാകും. കാതിൽ ചുവന്ന കല്ലുവെച്ച കടുക്കിനിട്ട്, നെറ്റിയിലും, നെഞ്ചത്തും കളഭകുറി ചാർത്തി കസവുമുണ്ടുടുത്ത് ഓണദിവസം കൃഷ്ണേട്ടൻ നടക്കുന്നത് കണ്ടാൽ വടക്കൻപാട്ടിലെ ചേകവന്റെ രൂപസാദൃശ്യത്തിലെ അഴകൊത്ത ആണ് തന്നെയാണെന്ന് തോന്നിപോകും. എന്നോട് കൃഷ്ണേട്ടന് വലിയ സ്നേഹമായിരുന്നു. ഓണത്തിന് എനിക്ക് പൊറുത്തലട തരുമായിരുന്നു കൃഷ്ണേട്ടൻ. കൊച്ചുചോന്റെ വീട്ടിൽ ഓണദിവസം പകിടകളി നടക്കുമായിരുന്നു. കൊച്ചുചോന്റെ പുറയിൽ ആണുങ്ങളുടെ ആർത്തുല്ലസിച്ചു കൊണ്ടുള്ള പകിടകളിയും, വീടിന്റെ പടിഞ്ഞാറെ മുറ്റത്ത് പെണ്ണുങ്ങളുടെ കൈകൊട്ടി കളിയും ഒരേ സമയത്ത് നടന്നിരുന്നു. ഞങ്ങൾ പിള്ളേര് രണ്ടും കാണുവാൻ അങ്ങോട്ടും ഇങ്ങോട്ടും ഓടി നടന്ന് കിതയ്ക്കും. കൈകൊട്ടി കളിയിൽ ഉണ്ണീലി ആയിരുന്നു പാട്ടുകാരി. "അല്ലല്ല ഇതാരത് ശ്രീരാമനല്ലേ? തന്തയ്ക്ക് മൂത്തവനല്ലേ തയ്യം...", "കാലികൾ തന്നുടെ മൂടുകളുന്തി ഓടകുഴൽ വിളി മേളമോടെ...", "അയ്യപ്പൻ പുലിപാലിന് പോയ കഥ ചൊല്ലാം ഞാൻ ഭക്തരെ കേട്ടുകൊൾകാ... പന്തള നരപതി റാണിതന്നുടെ നുവ്വു മാറാൻ കൊണ്ടുവരേണം പുലിപാലിന്ന്..." കൈകൊട്ടികളിക്ക് മുറുക്കി ചുവപ്പിച്ച ചുണ്ടുകളുമായി ഉണ്ണീലി പാടി കൊടുത്തിരുന്ന ഈ പാട്ടുകളൊക്കെ ഇന്നും എന്റെ കാതിൽ ഉണ്ട്. തച്ചോലി വീട്ടിൽ ഓണകളികൾ കാണാൻ എത്തുന്നോർക്കെല്ലാം വള്ളിചോത്തി കട്ടൻ കാപ്പിയും, ശർക്കര വരട്ടിയും കൊടുക്കുമായിരുന്നു. കൃഷ്ണേട്ടൻ എന്നെ തൊഴുത്തിന്റെ ആളൊഴിഞ്ഞ പിൻഭാഗത്ത് വിളിച്ചുകൊണ്ടു പോയി പൊരുത്തലട തരുമായിരുന്നു. ഒരിയ്ക്കൽ എന്നോട് കൃഷ്ണേട്ടൻ ചോദിച്ചു: "ബേബ്യേ, നീ പള്ളീലെ അച്ചനാകാൻ പോണെന്ന് കേട്ടല്ലോ... ശര്യാണോ? കൃഷ്ണേട്ടനോടെന്ത്യേ പറയാഞ്ഞെ? വെഷമാവൂന്ന് വിചാരിച്ചിട്ടാണോ? നിന്നെ അച്ചൻ കുപ്പായത്തിൽ എനിക്ക് കാണണം. പിന്നെ, അച്ചൻ പഠനത്തിന് പോയാൽ ഓണോം ഭരണീം ഒന്നും

ഉണ്ടാവില്ലല്ലോ?" കൃഷ്ണേട്ടന്റെ സഹോദരസ്നേഹം ഓർക്കുമ്പോൾ ഇപ്പോഴും എന്റെ കണ്ണുകൾ നിറയാറുണ്ട്.

കൃഷ്ണേട്ടന് പാടത്ത് മുങ്ങികുളിക്കുവാൻ പോകാൻ വലിയ ഇഷ്ടമായിരുന്നു. പക്ഷെ, വള്ളിചോത്തി വിടില്ല. അമ്മയോട് വള്ളിചോത്തി പറയുന്നത് ഞാൻ കേട്ടിട്ടുണ്ട്: "എന്റെ റോശി പെണ്ണേ, തെണ്ടനെ കണ്ട് പേടിച്ചതാ എന്റെ കിഷ്ണൻ. അന്ന് തൊടങ്ങീതാ അവന്റെ ഈ സൂക്കേട്. കണിയാര് പറഞ്ഞേക്കണെത് അവന്റെ കാലൻ തീയിലും വെള്ളത്തിലും ഒളിച്ചിരിക്കണ്ണ്ട് എന്നാണ്. അതോണ്ടാണ് തീന്റേയും, വെള്ളത്തിന്റേയും അടുത്ത് പോകാതെ ഞാനവനെ കൊണ്ട്നടക്കണെത്.നാരായണാ...നാരായണാ...എന്റെ മോനെ കാത്തോളണെ..."അമ്മ ആശ്വസിപ്പിക്കും: "ചോത്ത്യമ്മ പേടിക്കണ്ട. അവന്റെ സൂക്കേടൊക്കെ മാറും. കൃഷ്ണന് ആപത്തൊന്നും വരില്ല." വള്ളിചോത്തി ഉണ്ണിയാർച്ചയുടെ വംശപരമ്പരയിൽ പെട്ടവളായിരുന്നു.അമ്മയുടേത് ആശ്വാസവാക്കുകളാണെന്നും, മനോധൈര്യത്തോടെ മകനെ ശ്രദ്ധിക്കേണ്ടതുണ്ടെന്നും വള്ളിചോത്തിയ്ക്ക് നല്ലവണ്ണം അറിയാമായിരുന്നു.

പക്ഷേ, എല്ലാവരെയും ദുഃഖത്തിൽ ആഴ്ത്തികൊണ്ട് ഞങ്ങളുടെ നാട്ടിലെ തറയ്ക്ക ഭരണി ദിവസം വള്ളിചോത്തീടെ കണ്ണും വെട്ടിച്ച് മൂടാതോട്ടിൽ കുളിക്കാൻ പോയ കൃഷ്ണേട്ടൻ മുങ്ങി മരിച്ചു. ഞാൻ സെമിനാരിയിൽ ഒന്നാംവർഷ പരിശീലനത്തിലായി കഴിഞ്ഞിരുന്നു. അപ്പന്റെ കത്തിലൂടെയാണ് ഞാൻ കൃഷ്ണേട്ടന്റെ മരണവാർത്ത അറിഞ്ഞത്. ഗുരുവച്ചനെ കണ്ട് എന്റെ സങ്കടം പറഞ്ഞപ്പോൾ, അദ്ദേഹം പറഞ്ഞു: "എല്ലാം വിട്ടെറിഞ്ഞ് പോന്നവരല്ലേ നമ്മൾ. ജോർജ്ജിന്റെ കൂട്ടുകാരന് വേണ്ടി പ്രാർത്ഥിച്ചാൽ മതി."

ഹിന്ദുവായ കൃഷ്ണേട്ടന്റെ ആത്മശാന്തിയ്ക്കായി ഞാൻ പ്രാർത്ഥിച്ചു. ഇതൊക്കെ ആയിരുന്നു ഇന്നത്തെ എന്റെ മാനസിക രൂപീകരണത്തിന് കുട്ടികാലത്ത് സ്വാധീനിച്ചിട്ടുള്ള ചില ഘടകങ്ങൾ. മകരവിളക്ക് കഴിഞ്ഞ് ഉണ്ണീലിയുടെ ചേച്ചിയുടെ ഭർത്താവ് ശബരിമലയിൽ പോയിവരുമ്പോൾ കൊണ്ടുവരുന്ന അരവണപായസം ഉണ്ണീലി ഞങ്ങളുടെ വീട്ടിൽ കൊണ്ടുവരാറുണ്ട്. തച്ചോലി വീട്ടിലെ വള്ളിചോത്തി പഴനിയിലെ പഞ്ചാമൃതം ഞങ്ങൾക്ക് തരാറുണ്ട്. ഞങ്ങൾ അതൊക്കെ കഴിക്കാറുണ്ട്. ഞങ്ങളുടെ കുടുംബത്തിൽ

ഇതുകൊണ്ടൊന്നും ഒരു ആപത്തും ഉണ്ടായതായിട്ട് എനിക്കറിവില്ല.

ആമ്പൽ അരിയും, കുന്തകിഴങ്ങും, താമര വേരുമൊക്കെ കൊണ്ടുവരുന്ന കൂട്ടത്തിലാണ് ഉണ്ണീലി അരവണ പായസം കൊണ്ടുവരുക. ഞങ്ങളുടെ വീടിന്റെ തെക്കും, വടക്കും, പടിഞ്ഞാറും പുഞ്ച പാടമാണ്. പാടത്തിന്റെ നടുക്കൽ കൂടി പോകുന്ന മൂടാതോടും. അവിടെ വളർന്ന് വിളയുന്ന ആമ്പൽ അരിയും, താമര വേരും, കുന്തകിഴങ്ങുമൊക്കെ കഴിച്ച കാലം ഒരു പുണ്യകാലമായി ഞാൻ ഓർക്കുന്നു. ഒപ്പം, ഓണകളികൾ കണ്ടതും, അരവണപായസം കഴിച്ചതുമൊക്കെ. മതസൗഹാർദ്ദത്തിന്റെ നാരായവേര് എന്നിൽ രൂഢമായതിന്റെ കാലമായി ഞാൻ അതിനെ പരിഗണിക്കുകയും ചെയ്യുന്നു.

ഉണ്ണീലിയുടെ ഓണപാട്ടുകളുടെയും, അതിലെ സാഹിത്യത്തിന്റെയും സ്വാധീനവും ആയിരിക്കാം ചെറുതായിട്ട് പാടുവാനും, യേശുദാസ്, ജയചന്ദ്രൻ എന്നിവർ അടക്കം പാടിയിട്ടുള്ള ചില ഗാനങ്ങൾക്ക് വരികൾ എഴുതുവാനും പിന്നീട് എന്നിൽ പ്രേരകശക്തിയായി പരിണമിച്ചത്. അപ്പനും ചെറിയ സാഹിത്യവാസന ഉണ്ടായിരുന്നു. സ്കൂൾ സാഹിത്യസമാജം മീറ്റിംഗിൽ ഉപന്യാസം വായിക്കുക മിക്കവാറും ഞാനായിരിക്കും. അപ്പനാണ് വിനയം, അച്ചടക്കം, ഉത്സാഹം തുടങ്ങിയ വിഷയങ്ങളെ ആസ്പദമാക്കി ഉപന്യാസം എഴുതി തരാറുള്ളത്. ഞാൻ ഏഴാം ക്ലാസിൽ പഠിക്കുമ്പോൾ, അപ്പൻ എനിക്ക് ഉപന്യാസം എഴുതി തരുവാൻ മറന്നുപോയി. സ്കൂളിൽ പോകും നേരത്ത് ഉപന്യാസം എഴുതി തരുവാൻ അപ്പന് ഞാൻ കൊടുത്തിരുന്ന പുസ്തകത്തിൽ ഉപന്യാസം കാണാതെ ഞാൻ കരച്ചിലായി. ഉപന്യാസം കിട്ടാതെ സ്കൂളിൽ പോകില്ല എന്ന് പറഞ്ഞ് ഞാൻ വാശിപിടിച്ചു. അമ്മ പറഞ്ഞു: “അപ്പനവ്ടെ ഉഴാണ്. അതിന്റെ എടയിൽ നീ വാശി പിടിച്ചാ അപ്പൻ വരോ?” മയിൽപീലി മാവും, ചകിരിമാവുമൊക്കെ വെട്ടിമാറ്റപെട്ട ഞങ്ങളുടെ പറമ്പിൽ നിന്നും മാവിൻ വേരുകളും, ഉരുളൻ കല്ലുകളുമൊക്കെ എടുത്ത് മാറ്റി കണ്ടങ്ങളാക്കി തിരിച്ച് കഠിനാദ്ധ്വാനത്തിലൂടെ അപ്പൻ അതിനെ നെൽകൃഷിയ്ക്കുള്ള ഇടമാക്കി മാറ്റുകയായിരുന്നു. വൈകുന്നേരം പണി കഴിഞ്ഞ് കേറുമ്പോൾ കുമാരേട്ടൻ പറയുമായിരുന്നു: “എത്ര ചാല് ഉഴുതാലാണാവോ

ഇതിലെ മണ്ണ് കൊഴഞ്ഞ് നെല്ലുണ്ടാകാൻ പാകത്തിലാകാ." ഈ സാഹചര്യത്തിൽ സാഹിത്യസമാജത്തിൽ അവതരിപ്പിക്കാനുള്ള ഉപന്യാസം എഴുതിതരുവാൻ ഉഴവ് നിറുത്തി അപ്പൻ വരില്ല എന്ന് മനസ്സിലാക്കി ഞാൻ വാവിട്ട് കരഞ്ഞുകൊണ്ടിരുന്നു. എന്റെ കരച്ചിൽ കണ്ടിട്ട് ഉണ്ണീലി അപ്പന്റെ അടുക്കൽ ചെന്ന് പറഞ്ഞു: "മാപ്ലാരെ ആ ക്ടാവ് അവടെ നെലോളിം കൂട്ടോളിം ആണ്. നിങ്ങക്കൊന്ന് ചെന്നൂടെ." കുമാരേട്ടന് ഉഴവ് കൈമാറി കൊടുത്തുകൊണ്ട് അപ്പൻ വന്നു. ഉപന്യാസം എഴുതി തന്നു. എന്നെകൊണ്ട് വായിപ്പിച്ച് കേട്ടു. ഇതായിരുന്നു എന്റെ അപ്പൻ. എന്നിൽ സാഹിത്യവാസനയായി തീർന്നിട്ടുള്ള എല്ലാറ്റിനും ഞാൻ പൂർണ്ണമായി അപ്പനോട് കടപ്പെട്ടിരിക്കുന്നു.

വീണ്ടും നമുക്ക് തെണ്ടനുമായി ബന്ധപ്പെട്ട കാര്യങ്ങളിലേക്ക് വരാം. തച്ചോലിയിലെ കൃഷ്ണേട്ടന് രോഗം വന്നത് തെണ്ടനെ കണ്ട് പേടിച്ചിട്ടാണ് എന്നുള്ള നാട്ടിലെ വിശ്വാസം വഴിയിൽ വെച്ച് ഉണ്ണീലിയോട് ഞാൻ പറഞ്ഞപ്പോൾ ഉണ്ണീലി പൊട്ടിത്തെറിച്ച് കൊണ്ട് പറഞ്ഞത് ഇങ്ങനെ: "അതൊക്കെ തോന്ന്യപോലെ ഓരോരുത്തര് പറഞ്ഞ് നടക്കണതാ മോനെ...ആ മൈന മാപ്ലാര് കാരണാ കിസന് ആസ്മാരം ഉണ്ടായത്." അപ്പോഴേക്കും വീടെത്തി.

ഞാൻ പത്താം ക്ലാസ്സിൽ പഠിക്കുമ്പോളാണ് കൃഷ്ണേട്ടന്റെ അസുഖകാരണം കൃത്യമായി ഞാൻ അറിഞ്ഞത്. മൈന മത്തായി എന്ന് നാട്ടുകാർ കുറ്റപേര് വിളിച്ചിരുന്ന മത്തായിചേട്ടന്റെ കണ്ടത്തിൽ കൂലിയ്ക്ക് ഉഴുതുകൊണ്ടിരുന്ന കൊച്ചുചോന് കഞ്ഞിയും മുറുക്കാനും കൊണ്ടുചെന്നതാണ് അഞ്ചാം ക്ലാസിൽ പഠിക്കുമ്പോൾ കൃഷ്ണേട്ടൻ. അച്ഛന്റെ കഞ്ഞികുടി കഴിഞ്ഞ്, കൃഷ്ണേട്ടൻ കുട്ടികലവുമായി തിരിക്കും നേരത്ത് ചാമ്പയ്ക്ക തരാം എന്ന് പറഞ്ഞ് മൈന മത്തായി ചേട്ടൻ, കുഞ്ഞികൃഷ്ണനെ വാഴകൂട്ടത്തിൽ കൊണ്ടുപോയി ഉപദ്രവിച്ചു. അന്ന് പേടി പറ്റിയത് അപസ്മാരമായി മാറി. പോലീസും, പോക്സോയുമൊക്കെ കൊച്ചുചോനെപോലെയുള്ള ഒരുസാധാരണക്കാരന് അക്കാലത്ത് അപ്രാപ്യമായിരുന്നു. മകന് അസുഖം തുടങ്ങിയ ശേഷം കൊച്ചുചോൻ മൗനിയായിതീർന്നു. ചേലൊത്ത ചേകോന്റെ മുഖശ്രീ ഉണ്ടായിരുന്ന കൊച്ചുചോന് കരിമംഗലം വന്നു. എല്ലാവരോടും പ്രസരിപ്പോടെ സംസാരിച്ചിരുന്ന വള്ളിചോത്തി കാൽവരി യാത്രയിലെ വ്യാകുല മാതാവിനെ പോലെയായി.

ഒരു കൊല്ലം ഓണത്തിന് ഉണ്ണീലിയുടെ വീട്ടിൽ നിന്ന് ഭക്ഷണം കഴിച്ച് പുറത്ത് വരുന്ന ഞങ്ങളെ നോക്കി, ആ വഴി വന്ന മത്തായേട്ടൻ കാർക്കിച്ചൊരു തുപ്പ്. എന്നിട്ട് വീട്ടിൽ വന്ന് അപ്പനെ വിളിച്ച് പറഞ്ഞു: "ദേസുട്ട്യേ, കണക്ക കുടിലിലിലാണോ പിള്ളേർക്ക് തീറ്റേം കുടീം. തറവാടിന്റെ മാനം കളഞ്ഞ് കുളിക്കരുത്." ഉണ്ണീലിയുടെ വീട്ടിലെ ഓണവിഭവങ്ങളിൽ നെയ്യപ്പം, ശർക്കരയും തേങ്ങയും ചേർത്ത അവില് എന്നിവയുടെ രുചി ഇന്നും എന്റെ നാവിലുണ്ട്. ഉണ്ണീലിയുടെ വീട്ടിലെ ആടിന്റെ പാൽ ഒഴിച്ച് കടുംമധുരത്തിൽ ഓട്ടുഗ്ലാസ്സിൽ ഓണദിവസത്തെ സൽക്കാരത്തിൽ ചായ കുടിച്ചത് ഇന്നലെ നടന്നത് പോലെ തോന്നുന്നു. മത്തായി വലിയപ്പൻ വീട്ടിൽ വന്ന് അപ്പനെ താക്കീത് ചെയ്തത് പുച്ഛത്തോടെ ഉണ്ണീലിയോട് അമ്മ പറഞ്ഞപ്പോൾ ഉണ്ണീലി പറഞ്ഞു: "മയിരൻ മാപ്ലാര്...അങ്ങേര്ടെ മോന് കണക്കി പെമ്പിള്ളേരെ വയറ്റിലുണ്ടാക്കാം. എന്റെ ക്ടാങ്ങളെ ഓണത്തിന് കൊണ്ടോയി കൊറച്ച് ചായള്ളോം പലഹാരോം കൊടുത്തതാണിപ്പോ പുരാതീം പുകിലും. പണ്ടാരടങ്ങിപോട്ടെ മൈന മാപ്ലേം കുടുംബോം." അമ്മ പറഞ്ഞു: "ഉണ്ണീല്യേ, പതുക്കെ പറയ്...പിള്ളേര് കേട്ട് പഠിക്കും നിന്റെ പച്ചതെറീള്." കൃഷ്ണേട്ടന്റെ കാര്യം ഇവിടെ പരാമർശിക്കാൻ ഉണ്ണീലി മറന്നുപോയി എന്ന് തോന്നുന്നു.

ഒരു ഹരിജൻ സ്ത്രീയായ ഉണ്ണീലിയുടെ തെണ്ടൻശാസ്ത്രം ഇന്നും എന്നെ അതിശയിപ്പിക്കുന്നു. സത്യക്രിസ്ത്യാനികളായ എത്രയോ പേർ എന്നോട് ധ്യാനങ്ങളിൽ പറഞ്ഞിരിക്കുന്നു: "അച്ചോ, വീട്ടുവളപ്പിൽ തെണ്ടന്റെ തേർവാഴ്ച ഉണ്ടെന്ന് കൗൺസിലിൽ ദർശനം കിട്ടിയെന്ന് പറഞ്ഞു. അച്ചനെ വിളിച്ച് വെഞ്ചിരിച്ച് ബന്ധിക്കാൻ പറഞ്ഞു." ഇത്തരം ദർശനക്കാരെയാണ് ആദ്യം ബന്ധിക്കേണ്ടത് എന്നും, അവരെ ഒരിക്കലും കൗൺസിലിൽ ഇരുത്തരുത് എന്നും ബന്ധപ്പെട്ടവരോട് ഞാൻ പറയാറുണ്ട്. സത്യദൈവത്തിന് പ്രതിഷ്ഠിക്കപ്പെട്ട ഇടങ്ങളിൽ തെണ്ടൻ ഉണ്ടാകില്ല.

തെണ്ടൻ, യക്ഷി സംഗതികൾ വെറും സങ്കല്പങ്ങളാണ്;യാഥാർത്ഥ്യങ്ങളല്ല.ശങ്കരാചാര്യരുടെ നവോത്ഥാന കർമ്മപരിപാടികൾക്ക് മുമ്പ് കേരളത്തിൽ വളരെ പ്രചാരത്തിലുള്ളതും ശക്തവും ആയിരുന്നു ജൈനമതവും അവരുടെ ആചാരാനുഷ്ഠാനങ്ങളും. അതിൽ നിന്ന് ഉൾതിരിഞ്ഞ ഒരു പ്രത്യേക മതസംസ്കാരം ഉണ്ടായിരുന്നു.

അതിന്റെ സ്വാധീനം കേരളത്തിൽ തുടർന്നിട്ടുണ്ട്. ഇന്നും ഈ സംസ്കാരത്തിന്റെ ശക്തമായ കുറെ ഘടകങ്ങൾ കേരള സംസ്കാരത്തിന്റെ ഭാഗമായിട്ടുണ്ട്.

അഥർവ്വവേദത്തെആദരിച്ചിരുന്നവരായിരുന്നു അക്കാലത്തെ ജൈനൻമാർ. നാലു വേദങ്ങളിൽ കൂടോത്രവും, മാന്ത്രികവിദ്യകളും ഒക്കെയായി ബന്ധപ്പെട്ട അഥർവ്വവേദം മറ്റ് മൂന്ന് വേദങ്ങളുടെ ആദ്ധ്യാത്മിക ഗുണനിലവാരം ഇല്ലാത്തതാണ്. ഈ അഥർവ്വവേദത്തിന്റെ സ്വാധീനത്തിൽ നിന്നാണ് യക്ഷി, ഗന്ധർവ്വൻ, പ്രേതഭൂതാധികൾ, തെണ്ടൻ, ചാത്തൻ, ചൊവ്വ തുടങ്ങിയ സാഹിത്യഭാവനാ കഥാപാത്രങ്ങൾ കേരളീയരുടെ മത-സംസ്കാരിക ജീവിതത്തിന്റെ ഭാഗങ്ങളായത്. ചുരുക്കിപറഞ്ഞാൽ ഇവയൊന്നും യഥാർത്ഥത്തിൽ ഉള്ളവയല്ല. പേടിപ്പിച്ച് ചൊല്പടിയിൽ നിറുത്തുവാനുള്ള സഹായക സാങ്കല്പികസത്യങ്ങളാണ് ഇവയൊക്കെ. തെണ്ടനെ കുറിച്ച് പഠിപ്പും പാണ്ഡിത്യവും ഇല്ലാത്ത ഉണ്ണീലി വളരെ വർഷങ്ങൾക്ക് മുമ്പ് പറഞ്ഞതാണ് സത്യം.

കാലത്തിന്റെ ഗതിയിൽ അടക്കാവളപ്പ് അപ്പന്റെയും, അമ്മയുടെയും ഉടമസ്ഥതയിൽ നിന്ന് കൈമാറിപോയി. ഞങ്ങൾ മക്കൾ നാലുപേരിൽ ഞാനും, എന്റെ തൊട്ടുതാഴെയുള്ള അനുജൻ ജോയിയുമാണ് അടയ്ക്കാവളപ്പിൽ കൂടുതൽ അദ്ധ്വാനിച്ചിട്ടുള്ളത്. അതുകൊണ്ട് തന്നെ അടയ്ക്കാവളപ്പിനോട് ഞങ്ങൾക്ക് അപ്പന്റെയും അമ്മയുടേയും സമാന വൈകാരികത ഉണ്ടായിരുന്നു. ഈ വൈകാരികത ഇന്ന് ഞങ്ങളുടെ ജീവിതത്തിൽ നഷ്ടസ്വർഗ്ഗ വൈകാരികതയായി തളം കെട്ടിനിൽക്കുന്നു.

രാമുണ്ണി ആശാരി മരിച്ചു. വേലൻ മണിയും, തൊമ്മിചേട്ടനും മരിച്ചു. കുമാരേട്ടനും ഉണ്ണീലിയും മരിച്ചു. അപ്പൻ മരിച്ചു. ഒമ്പത് വർഷങ്ങളോളം പ്രമേഹവുമായി അപ്പൻ മല്ലിട്ടു. തൃശൂർ ജൂബിലി ആശുപത്രിയിലെ നെഫ്രോളജിസ്റ്റ് ഡോ. ജോൺ ആയിരുന്നു അപ്പനെ ചികിത്സിച്ചിരുന്നത്.ഒരിയ്ക്കൽ അപ്പനെ പരിശോധനയ്ക്ക് കൊണ്ടുചെന്നപ്പോൾ ഡോക്ടർ പറഞ്ഞു: "ഇതുപോലെ എന്റെ നിർദ്ദേശങ്ങൾ കൃത്യമായി പാലിക്കുന്നവരെ കുറച്ച് മാത്രമെ ഞാൻ കണ്ടിട്ടുള്ളൂ. ഡയാലിസിസിന്റെ തൊട്ടടുത്താണെന്ന് എന്നേക്കാൾ കൂടുതൽ ദേവസ്യേട്ടനാണ് ബോധ്യം." അപ്പന്റെ കൂടെ ഉണ്ടായിരുന്ന ഞാനും അമ്മയും കരഞ്ഞു. ഡോക്ടറോട് അപ്പൻ പറഞ്ഞു: "ഡയാ

ലിസിസിസൊന്നും ഇല്ലാതെ പോകും ഞാൻ. എനിക്കത് ഉണ്ടാകില്ല" ഡോക്ടർ ചിരിച്ചു. അപ്പനും ചിരിച്ചു. നല്ലമരണം കിട്ടാൻ കരുണകൊന്ത ചൊല്ലിയിരുന്ന അപ്പന്റെ പ്രതീക്ഷപോലെ തന്നെ അപ്പന്റെ മരണം നടന്നു. ഡയാലിസിസ് ഉണ്ടായില്ല. അപ്പൻ മരിച്ച് അധികനാൾ കഴിയുന്നതിന് മുമ്പ് അടയ്ക്കാവളപ്പിലെ തേക്ക് മറിഞ്ഞുവീണു. അപ്പനെ കാണാതെ, അപ്പന്റെ പരിചരണം ലഭിക്കാതെ, അപ്പന്റെ തലോടൽ കിട്ടാതെ ഏറെനാൾ മുന്നോട്ട് പോകുവാൻ അവന് ആയില്ല. ചെറുപ്രായത്തിൽ മരാസുരനിൽ നിന്ന് കഷ്ടിച്ച് രക്ഷപ്പെട്ട അവൻ വളർച്ചയുടെ വളരെയേറെ പടവുകൾ പിന്നിട്ട് ഒരു തേക്കുമരത്തിന്റെ സർവ്വ ഗുണങ്ങളിലും എത്തി കഴിഞ്ഞിരുന്നു. മറിഞ്ഞുവീണ അവൻ കഷ്ണങ്ങളാക്കപ്പെട്ടു. അപ്പനോടും, അമ്മയോടും, എന്നോടുമുള്ള അവന്റെ ആഴമേറിയ ആത്മബന്ധം അവനിൽ വിശേഷപ്പെട്ട കാതലായി ദൃഢീഭവിച്ചിരുന്നു. അവനെഅടയ്ക്കാവളപ്പിൽ നട്ട് പരിപാലിച്ച അപ്പന്റെ ആശകളൊക്കെ അസ്ഥാനത്തായി. അവൻ നാടു കടത്തപ്പെട്ടു.

തേക്ക് വീണതും, നാട് കടത്തപ്പെട്ടതും ഞാൻ അറിഞ്ഞു. അമ്മ അറിഞ്ഞത് വളരെ വൈകിയാണെന്ന് പിന്നീട് ഞാൻ മനസ്സിലാക്കി. അമ്മ ഒരു ദിവസം ഫോൺ ചെയ്തപ്പോൾ പറഞ്ഞു: "മോൻ കൊണ്ടന്ന തേക്ക് വീണുപോയി. ചെലപ്പോ ഒരു ളോഹ തുണി വാങ്ങി തരും." അമ്മയോട് ഞാൻ പറഞ്ഞു: "അതൊന്നും ഉണ്ടാകാൻ സാധ്യത ഇല്ല. മാത്രവുമല്ല. എനിക്കിപ്പോൾ ളോഹയുടെ ആവശ്യം ഇല്ല. ഉള്ളത് തന്നെ ഇടാൻ പറ്റാത്ത സാഹചര്യമാണ്. എന്റെ സംസാരം ഇടക്കു വെച്ച് മുറിച്ചുകൊണ്ട് അമ്മ പറഞ്ഞു: "എല്ലാം ഞാൻ അറിഞ്ഞു. തെക്കുമ്പാടന്റെ കന്യാസ്ത്രിമോൾ പറഞ്ഞു. നീ ഇപ്പോ അവ്ടെ മഠത്തിലൊന്നും കുർബ്ബാനയ്ക്ക് ചെല്ലാറില്ല എന്ന്. മ്മ്ടെ ചുള്ളിപറമ്പന്റെ കൂട്ടുകാരന്റെ അനിയനല്ലേ അയാൾ? അപ്പന്റെ മഞ്ചയ്ക്കടുത്തിരുന്ന് മോൻ സങ്കടപ്പെടുമ്പോൾ, അവ്ടെ നിന്നിരുന്ന ചില അച്ചാരെ നോക്കി അയാൾ മോനെ കളിയാക്കി കോക്കിരി കാണിക്കുന്നത് കണ്ടവരുണ്ട്. മോൻ ഒന്നും പറയണ്ട. അറിഞ്ഞോണ്ട് കഴുത്ത് വെച്ച് കൊടുത്തതല്ലേ? എന്നാലും, ന്റെ മോന് കുർബ്ബാന ചൊല്ലാൻ അവസരം തരുന്നില്ലല്ലോ അയാൾ? എന്തൂട്ട് വൈദീകനാ അയാള്? ഞാൻ പറഞ്ഞു: "അമ്മയ്ക്ക് അറിയാത്ത ന്യൂസുകളില്ല."

കന്യാസ്ത്രീ ആകുവാൻ കുറച്ചുനാൾ മഠത്തിൽ താമസിച്ചതു കൊണ്ട് ആശ്രമ ജീവിതത്തിലെ അകഅടരുകളെ അമ്മ പെട്ടെന്ന് തിരിച്ചറിയും. അമ്മ തുടർന്നു: "ന്റെ മോന് ചുമ പിടിച്ച് ആരും തിരിഞ്ഞ് നോക്കാൻ ഇല്ലാതെ ഉച്ചവരെ കെടന്ന കെടപ്പ് കെടന്നൂന്നും, ഉച്ചയ്ക്ക് എഴുന്നേറ്റപ്പോൾ തല ചുറ്റിവീണ് ചുണ്ടും മൂക്കുമൊക്കെ പൊട്ടി ചോര പോയെന്നും അറിഞ്ഞു. പങ്കജാക്ഷിയാണ് എന്നോട് പറഞ്ഞത്. ഇങ്ങനെണ്ടോ, മനസാക്ഷിയില്ലാത്തോര്. എന്റെ മോനെ കൊണ്ട് കുർബ്ബാന ചൊല്ലിപ്പിക്കാതിരിക്കണ അയാളെ കണ്ടാലറിയാം അപ്പൻ പറയണപോലെ കള്ളദൃഷ്ടിയാണെന്ന്. അയാളൊക്കെ എങ്ങനാ അധികാരത്തിൽ കേറികൂടിയത്?" അമ്മയുടെ ചോദ്യത്തിന് ഞാൻ ഉത്തരം പറഞ്ഞില്ല. കാലിൽ ഓപ്പറേഷൻ കഴിഞ്ഞിട്ട് പതിനഞ്ച് തുന്നലുമായി രണ്ട് നില ഇറങ്ങി ഭക്ഷണം കഴിക്കാൻ പോകേണ്ടി വന്ന ഗതികേടിനെ കുറിച്ചും, ഓപ്പറേഷൻ മുറിവ് ഡ്രെസ്സ് ചെയ്യാൻ പോകാനുള്ള സൗകര്യങ്ങൾ ലഭിക്കാതിരുന്നതിനെ കുറിച്ചും അമ്മയോട് ഞാൻ ഒന്നും പറഞ്ഞില്ല. എന്റെ ഉത്തരവും, ബുദ്ധിമുട്ടുകളും കേട്ട് പാവം അമ്മ കരയേണ്ട എന്ന് കരുതിയാണ് ഞാൻ ഇങ്ങനെ ചെയ്തത്. അമ്മ പറഞ്ഞു: "ഞാൻ വെക്കട്ടെ മോനെ, ഫോൺ. കയ്യിലധിക നേരം പിടിക്കാൻ പറ്റണില്ല. വല്ലാത്ത കൈവേദന." അമ്മയുടെ കൈ...ഞങ്ങളെ വളർത്തിയ കൈ...അപ്പനെ ശുശ്രൂഷിച്ച കൈ...മരുമക്കളെ വലിയ അഭിമാനത്തിലും, ആശയിലും മാലയിട്ട് സ്വീകരിച്ച കൈ... ദിവ്യകാരുണ്യനാഥൻ എഴുന്നള്ളി വരുന്ന കൈ... നിരന്തരം കൊന്തമണി ഉരുട്ടുന്ന കൈ...ഞാൻ ആദ്യമായി മരാസുരനെ കണ്ടപ്പോൾ നെഞ്ചോട് ചേർത്ത് പിടിച്ച് പേടി മാറ്റി തലോടിയ കൈ...ആ കയ്യിലാണ് വേദന. അമ്മയുടെ വേദന എന്റെയും വേദനയാണ്: യേശുവിന്റെ തൃക്കരങ്ങൾ പുൽകിയ വേദനയോട് ചേർത്തുവെക്കുന്ന വേദന. അടയ്ക്കാ വളപ്പിലെ മണ്ണും മാരുതനും പങ്കിടുന്ന വേദന. മരാസുരാർക്ക് ഒരിക്കലും മൂല്യം നൽകാൻ സാധിക്കാത്ത വേദന. പക്ഷെ അത് ദൈവത്തിന്റെ തിരുസന്നിധിയിൽ മഹാമൂല്യമുള്ള സുകൃതവേദന ആണെന്നുള്ള ബോധ്യത്തോടെ വേദനിക്കുന്ന കൈകളോടെ, വാതം കൊണ്ട് വളഞ്ഞുപോയ കാൽമുട്ടുകളോടെ, മക്കൾക്കായി, മരുമക്കൾക്കായി, പേരകുട്ടികൾക്കായി അമ്മ മുട്ടികൊണ്ടിരിക്കുന്നു ഈശോയുടെ തിരുഹൃദയമാകുന്ന ...... സുവർണ്ണ പടിവാതിൽ.

അമ്മയുടെ ഭാഷയിൽ പറഞ്ഞാൽ 'മിണ്ടാനും മൃക്കാനും' ഇന്ന് അമ്മയ്ക്ക് ഉണ്ണൂലിയില്ല, ജീവിതം പങ്കുവെയ്ക്കാൻ അപ്പനില്ല; പുളിശ്ശേരി പാടത്തേക്കും, അടയ്ക്കാവളപ്പിലേക്കും അമ്മയ്ക്ക് പോക്കില്ല. ഗതകാല സ്മരണകളുടെ പെരുവെള്ള പാച്ചിലിൽ മുങ്ങിയും, പൊങ്ങിയും നീങ്ങുന്ന അമ്മയ്ക്ക് ആശയായി ഒന്നുമാത്രം– "അപ്പനെപോലെ അധികം നാൾ കിടന്ന് ആരെയും ബുദ്ധിമുട്ടിപ്പിക്കാതെ പോണം."

അപ്പൻ പോയി. അമ്മയും കൂടി പോയാൽ പിന്നെ രക്തബന്ധു എന്നു പറയുവാൻ എനിക്ക് ആരും ഉണ്ടാകില്ല. പക്ഷേ, എനിക്ക് ആകുലതകളും, ആശങ്കകളും ഇല്ല. എന്റെ ജന്മദിനദിവസങ്ങളിൽ ഞാൻ വെച്ച മരങ്ങളുണ്ട്. ഞാൻ താമസിച്ച ആശ്രമങ്ങളിൽ ഞാൻ നട്ടുനനച്ച് വളർത്തിയ പൂമരങ്ങളുണ്ട്... ഞാൻ പരിപാലിക്കുന്ന ചെടികളും പൂക്കളുമുണ്ട്... എനിക്ക് എന്നും താങ്ങുംതണലുമായി നിൽക്കുന്ന എന്റെ സ്വന്തം വിദ്യാർത്ഥികളും സുഹൃത്തുക്കളുമുണ്ട്... യൂട്യൂബിൽ കിടക്കുന്ന ഞാനെഴുതിയ സുപ്രസിദ്ധങ്ങളായ ഗാനങ്ങളുണ്ട്....ഞാൻ ഒരിക്കലും അകറ്റി നിറുത്താത്ത പുസ്തകങ്ങളും വായനാശീലവും ഉണ്ട്... എപ്പോഴും ഞാൻ ഇഷ്ടപ്പെടുന്ന ഏഴഴകുള്ള ഏകാന്തത ഉണ്ട്...സർവ്വോപരി, സക്രാറിയിലെ തിരുവോസ്തി രൂപനുണ്ട്. അങ്ങനെ ഞാൻ പൂർണ്ണ സംതൃപ്തിയിൽ മുന്നോട്ട് നീങ്ങുന്നു. പലരും എന്നോട് ചോദിക്കാറുണ്ട് : "അച്ചന് അവിടെ ഏതാണ് ഡിപ്പാർട്ട്മെന്റ്"? ഞാൻ ചിരിച്ചുകൊണ്ട് ഉത്തരം പറയും: "പൗരോഹിത്യ സന്യാസം". എന്നെ അറിയുന്നവർ അർത്ഥം വെച്ച് മൂളും. ഇപ്പോൾ സാധാരണയായി ഒരു വൈദികൻ വിലയിരുത്തപ്പെടുന്നത് അധികാരത്തിന്റേയും, ഉദ്യോഗത്തിന്റേയും മേലാപ്പുകളിലാണ്. അല്ലാതെ, സന്യാസത്തിന്റേയും പൗരോഹിത്യത്തിന്റേയും പരിശുദ്ധമായ മുദ്രകളിലല്ല. ഞെരിഞ്ഞിലിന്റെ അടിയിൽ ഞെരിഞ്ഞമരുന്നുണ്ടെങ്കിലും, എരിഞ്ഞടങ്ങാതെ ജന്മവാസനയായി എനിക്ക് മാതാപിതാക്കളിൽ നിന്ന് ലഭിച്ചിട്ടുള്ള അതിജീവന ഊർജ്ജത്തെ സംരക്ഷിച്ച് മുന്നോട്ടു നീങ്ങുന്നു. ഒതുങ്ങുവാൻ ഇനി അരിക് ഇല്ലെന്നും, താഴുവാൻ ഇനി താഴ്ചകൾ ഇല്ലെന്നും അറിഞ്ഞുകൊണ്ടുതന്നെ പൂർണ്ണ ആത്മതൃപ്തിയിൽ ഞാൻ ജീവിക്കുന്നു. എന്റേത് ഒരു ഒഴുക്കല്ല; ജീവിതമാണ് എന്നുള്ളത് അനുഭവിക്കുന്തോറം ആസ്വാദം വർദ്ധിപ്പിക്കുന്നു.

അദ്ധ്യായം - 6

പാലപൂ വിരിയില്ല!

ഞാൻ പാവറട്ടി സ്കൂളിൽ ഹിന്ദി അദ്ധ്യാപകൻ ആയിരുന്ന സമയത്താണ് പത്മരാജന്റെ 'ഞാൻ ഗന്ധർവ്വൻ' എന്നുള്ള സിനിമ ഇറങ്ങിയത്. പത്മരാജന്റെ സിനിമകൾ എനിക്ക് ഇഷ്ടമായിരുന്നു. പക്ഷെ, 'ഞാൻ ഗന്ധർവ്വൻ' എനിക്ക് ഇഷ്ടമായില്ല. എന്റെ പ്രിയ നടിയായ ഫിലോമിനയുടെ അതിലെ മുത്തശ്ശി കഥാപാത്രം പോലും എനിക്ക് വിരസമായി തോന്നി. അക്കാലത്ത് രാമവർമ്മപുരം പോലീസ് ക്യാമ്പിൽ എന്റെ ഒരു അകന്ന ബന്ധു പോലീസ് ട്രെയിനിംഗിൽ ഉണ്ടായിരുന്നു. അദ്ദേഹത്തെ അവിചാരിതമായി ഒരു വിവാഹവേളയിൽ കണ്ടപ്പോൾ സംസാരത്തിനിടയിൽ പറഞ്ഞു 'ഞാൻ ഗന്ധർവ്വൻ' സിനിമയുടെ കുറെ ഭാഗങ്ങൾ പോലീസ് ട്രെയിനിംഗ് കാമ്പസിലുള്ള ഏഴിലംപാലയുമായി ബന്ധപ്പെടുത്തി ചിത്രീകരണം നടന്നു എന്ന്. ഏഴിലംപാല പൂക്കുന്ന കാലം അല്ലാതിരുന്നതുകൊണ്ട് തെർമോകോൾ കൊണ്ട് ഏഴിലംപാല പൂക്കൾ കൃത്രിമമായി ഉണ്ടാക്കി പാലമരത്തിൽ പിടിപ്പിച്ചാണ് സിനിമാചിത്രീകരണം നടന്നതെന്നുള്ള കൗതുക കാര്യങ്ങളായിരുന്നു അദ്ദേഹത്തിന്റെ സംസാരത്തിലെ ഒരു വിശേഷ വിഷയം.

ഏഴിലംപാലയ്ക്ക് ഗന്ധർവ്വപാല എന്ന് പേരുണ്ട്. ഏഴിലംപാലയിൽ ഗന്ധർവ്വൻ വസിക്കുന്നു എന്നൊരു ഐതീഹ്യം ഉള്ളതുകൊണ്ടായിരിക്കാം ഈ പേര് ഉണ്ടായത്. ഏഴിലംപാല പൂത്താൽ അതിന്റെ അടുത്തേയ്ക്ക്, പ്രത്യേകിച്ച് കന്യകളായവർ ഒരിക്കലും പോകരുത് എന്നുള്ള നാട്ടുവിശ്വാസം ഉണ്ടല്ലോ. എന്നാൽ, തച്ചുശാസ്ത്ര പ്രകാരം വീടിന്റെ പടിഞ്ഞാറ് വശത്ത് ഏഴിലംപാല ഉണ്ടാകുന്നത് ഉത്തമം ആണെന്നുള്ള ഒരു സങ്കല്പവും ഉണ്ട്.

കേരളത്തിൽ ഇത്തരത്തിലുള്ള ധാരാളം ഐതീഹ്യ ആചാരങ്ങൾ ഉണ്ട്. അന്ധവിശ്വാസങ്ങളാണ് ഇത്തരം ആചാരങ്ങളിൽ ഉള്ളതെന്ന് തോന്നുമെങ്കിലും, അവയിലൊക്കെ മനുഷ്യജീവിതത്തിന് ഉപയോഗപ്രദമായ ചില സത്യങ്ങൾ സംരക്ഷിക്കപ്പെടുന്നുണ്ട്. കടുക് വീടിനകത്ത് വീണുപോയാൽ കലഹം ഉണ്ടാകും എന്നുള്ളത് ഇത്തരത്തിലുള്ള ഒരു ആചാരവിശ്വാസമാണ്. കടുക് നിലത്ത് പോയാൽ തീർച്ചയായും കലഹം ഉണ്ടാകും. കാരണം, വീടിനകത്ത് കുഞ്ഞുങ്ങളും മറ്റും നടക്കുമ്പോൾ കടുക് മണികളിൽ ചവുട്ടി കാലുതെറ്റി വീഴുവാനുള്ള സാധ്യത വളരെ ഉണ്ട്. ഒരാൾ വീണു കഴിഞ്ഞാൽ സ്വാഭാവികമായി വീഴ്ചയ്ക്ക് കാരണം ഉണ്ടാക്കിയവരുമായി കലഹം ഉണ്ടാകും. മാത്രവുമല്ല, കടുക് വളരെ ചെറിയ ധാന്യം ആയതുകൊണ്ട് നിലത്ത് നിന്ന് തിരിച്ചെടുക്കാൻ പ്രയാസം ആണ്. നിലത്ത് വീണ കടുക് അടിച്ചുവാരി എടുക്കുമ്പോൾ മലിനമാകുകയും ചെയ്യും. പിന്നീട് അതിനെ കഴുകി ഉപയോഗിക്കുന്നതിൽ വലിയ ബുദ്ധിമുട്ട് ഉണ്ടാകും. ഇത്തരം കാരണങ്ങൾ കൊണ്ട് കടുക് കളയാതിരിക്കുവാൻ കരുതൽ ഉണ്ടാകണം എന്നുള്ളതാണ് കടുക് നിലത്ത് പോയാൽ കലഹം ഉണ്ടാകും എന്നുള്ള നാട്ടുപറച്ചിലിലെ ആന്തരിക സന്ദേശം.

പുരയ്ക്കു മുകളിൽ ചെമ്പകം ഉയർന്നാൽ കുടുംബാംഗങ്ങളുടെ മരണം ഉണ്ടാകും എന്ന് ഒരു വിശ്വാസം ഉണ്ട്. ചെമ്പകം നിറയെ ഇലകളാണ് എപ്പോഴും. പുരയ്ക്ക് മുകളിൽ ചെമ്പകം വളർന്നാൽ വീടിന്റെ അകത്തേക്ക് ആവശ്യമായ വായുവും വെളിച്ചവും വരാത്ത സാഹചര്യം ഉണ്ടാകും. ഇത് രോഗത്തിനും മരണത്തിനും കാരണമായി തീരും. ഇതുകൊണ്ടാകാം ചെമ്പകമരം വീടിനു മുകളിലേക്ക് വളരരുത് എന്നുള്ള നാട്ടുവിശ്വാസം ഉണ്ടായത്.

പപ്പായമരം വീടിനേക്കാൾ ഉയരത്തിൽ വളർന്നാൽ, ഉടനെ വെട്ടണം. അല്ലെങ്കിൽ വീട് മുടിഞ്ഞ് പോകും എന്നും ഒരു ധാരണ ഉണ്ട്. ഉള്ള് പൊള്ളയായ, എളുപ്പത്തിൽ വീഴുവാൻ സാധ്യതയുള്ള പപ്പായ മരം വീടിന് മുകളിൽ വളർന്നാൽ, വെട്ടിയില്ലെങ്കിൽ അത് വീണ് വിഷമതകൾ ഉണ്ടാകും എന്നുള്ള സത്യത്തെയാണ് ഇവിടെ പഠിപ്പിക്കപ്പെടുന്നത്.

കേരളത്തിന്റെ പടിഞ്ഞാറ് വശം കടലാണ്. എപ്പോഴും സമൃദ്ധമായി ഇലകളുള്ള ഏഴിലംപാല കടലിൽ നിന്ന് വരുന്ന കാറ്റിനെ

സ്വാഭാവിക ശുദ്ധീകരണം നടത്തി വീട്ടുകാർക്ക് ആരോഗ്യത്തിന് പ്രയോജനകരമാക്കി തീർക്കും എന്നുള്ളതുകൊണ്ടായിരിക്കാം വീടിന്റെ പടിഞ്ഞാറ് വശത്ത് ഏഴിലംപാല ഉണ്ടാകണം എന്ന് തച്ചുശാസ്ത്രം ഉപദേശിക്കുന്നത്.

ഏഴിലംപാലയുടെ പൂവ് മറ്റുള്ള വൃക്ഷ പുഷ്പങ്ങളേക്കാൾ ശ്വസനത്തിന് അപകടകാരിയായ കാർബൺ ഡൈയോക്സൈഡ് പുറപ്പെടുവിക്കുന്നു എന്നുള്ളത് ഒരു ശാസ്ത്രസത്യമാണ്. അതുകൊണ്ട്, വീടിന്റെ പടിഞ്ഞാറുഭാഗത്ത് ഏഴിലംപാല ഉണ്ടാകുന്നത് നല്ലതാണെങ്കിലും, പാല പൂത്ത് കഴിഞ്ഞാൽ പാലചുവട്ടിൽ പോകുന്നത് ആരോഗ്യ പ്രശ്നങ്ങൾ സൃഷ്ടിക്കും. ഏഴിലംപാലയുടെ പൂവ് ചിലർക്ക് ആസ്തമ ഉണ്ടാക്കാറുണ്ട്. ഏഴിലംപാല പൂവിന് മറ്റൊരു പ്രത്യേകത കൂടി ഉണ്ട്. അതിന് മാദകമായ ചില പുരുഷസ്രവങ്ങളുടെ ഗന്ധമുണ്ട്. കന്യകമാർക്ക് മനശ്ചാഞ്ചല്യം ഉണ്ടാക്കുവാൻ ഇത് വഴിയൊരുക്കും എന്നുള്ളതു കൊണ്ടാകാം ഏഴിലംപാല പൂത്താൽ, അടുത്ത് ചെല്ലുന്ന കന്യകമാരെ ഗന്ധർവ്വൻ പിടിക്കും എന്നുപറഞ്ഞ് കന്യകമാർക്ക് വിലക്ക് നൽകുന്നത്. ഈ വസ്തുതകൾ ഉള്ളതുകൊണ്ടായിരിക്കാം ഏഴിലംപാല പൂത്താൽ അതിന്മേൽ ഗന്ധർവ്വൻ വരും എന്നൊക്കെ പറഞ്ഞ് അതിന്റെ സമീപത്ത് നിന്ന് ആളുകളെ, പ്രത്യേകിച്ച് കന്യകകളെ അകറ്റിപ്പിച്ച് നിറുത്തിപ്പിക്കുന്നത്.

'ഞാൻ ഗന്ധർവ്വൻ' സിനിമ വിജയിച്ചില്ലെങ്കിലും, അതിലെ പാട്ടുകൾ പ്രസിദ്ധമായി. ഏഴിലംപാലയുമായി ബന്ധപ്പെട്ട ഒരു ഗാനം ആ ചിത്രത്തിൽ ഉണ്ട്. 'പാലപൂവേ നിൻ മംഗല്യ താലിതരൂ' എന്നാരംഭിക്കുന്ന ഗാനത്തിന്റെ ചിത്രീകരണമായിരിക്കാം രാമവർമ്മപുരം പോലീസ് ട്രെയിനിംഗ് ക്യാമ്പിലെ ഏഴിലംപാല പരിസരത്ത് നടന്നത്. ആ ഗാനരംഗം കണ്ടാൽ എന്റെ പോലീസ് ട്രെയിനി സുഹൃത്ത് പറഞ്ഞതിലെ വസ്തുതകൾ എളുപ്പത്തിൽ മനസ്സിലാക്കാം.

ഒരു ദിവസം, ഞാൻ ക്ലാസ്സ് അദ്ധ്യാപകൻ ആയിരുന്ന എട്ടാം ക്ലാസ്സിലെ ഡിവിഷനിൽ സാഹിത്യസമാജ മീറ്റിംഗിന് ഒരു മിടുക്കൻ 'ഞാൻ ഗന്ധർവ്വൻ' സിനിമയിലെ 'പാലപൂവേ...' എന്നുള്ള ഗാനം പ്രാഗത്ഭ്യത്തോടെ പാടി. തുടർന്നുള്ള സംസാരത്തിൽ എന്റെ ക്ലാസ്സിലെ കുട്ടികളാരും ഈ പാട്ടിലുള്ള പാലപൂവ് കണ്ടിട്ടില്ല എന്ന് ഞാൻ മനസ്സിലാക്കി. ഒരു ഏഴിലംപാല എവിടെനിന്നെങ്കിലും

സംഘടിപ്പിച്ച് പാവറട്ടി സ്കൂൾ പരിസരത്ത് നടണം എന്നൊരു ആഗ്രഹം അപ്പോൾ എന്നിൽ ഉടലെടുത്തു. പക്ഷെ, എവിടെ നിന്നു കിട്ടും ഏഴിലംപാല തൈ? നഴ്സറികളിൽ കിട്ടുവാൻ സാധ്യത ഇല്ലെന്ന് ഞാൻ മനസ്സിലാക്കി.

ആ ദിവസങ്ങളിൽ പാവറട്ടി ആശ്രമത്തിൽ പെയിന്റിംഗ് പണിക്കു വന്നിരുന്ന ഒരു ജോസഫ് ചേട്ടനുമായി കൂടുതൽ അടുക്കുവാൻ എനിക്ക് അവസരം കിട്ടി. ജോസഫ് ചേട്ടൻ കരിസ്മാറ്റിക് ധ്യാനവുമായി ബന്ധപ്പെട്ട ഒരു ശുശ്രൂഷകൻ ആയിരുന്നു. ധ്യാനവുമായി ബന്ധപ്പെട്ട കാര്യങ്ങളുടെ ചർച്ചയാണ് എന്നെയും ജോസഫ് ചേട്ടനെയും ചങ്ങാതിമാരാക്കിയത്. ജോസഫ് ചേട്ടൻ രാവിലെ പണിക്കുവരുമ്പോൾ എല്ലാ ദിവസവും സുവിശേഷവചനങ്ങളുടെ കുറിപ്പുകളുള്ള കഷ്ണകടലാസുകളുടെ ഒരു ചെറിയ വചനപെട്ടി കൊണ്ടുവരുമായിരുന്നു. ആശ്രമത്തിൽ രാവിലെ വരുമ്പോൾ, കാണുന്നുവരെ കൊണ്ട് വചനം എടുത്ത് വായിപ്പിക്കുന്ന ഒരു സൽകൃത്യം ജോസഫ് ചേട്ടൻ ചെയ്യാറുണ്ടായിരുന്നു. ജോസഫ് ചേട്ടനോട് ഞാൻ ഏഴിലംപാലയുടെ തൈ കിട്ടേണ്ടതിനെ കുറിച്ച് പറഞ്ഞപ്പോൾ ജോസഫ് ചേട്ടൻ പറഞ്ഞു: "അച്ചാ, ഈ പരിസരങ്ങളിൽ അതുണ്ടാകില്ല. തൃശൂർ പൂരപറമ്പിന് ചുറ്റും ഏഴിലംപാലകൾ ഉണ്ട്. ഞാൻ അവിടെ ചെന്ന് നോക്കിയിട്ട്, ഉണ്ടെങ്കിൽ അച്ചന് ഒരെണ്ണം പറിച്ചുകൊണ്ട് വന്ന് തരാം." അടുത്ത ഞായറാഴ്ച കരിസ്മാറ്റിക് ധ്യാന കൂട്ടായ്മയ്ക്ക് ജോസഫ് ചേട്ടൻ തൃശൂർ പോയിവന്നപ്പോൾ ഏഴിലംപാലയുടെ തൈ എനിയ്ക്ക് കൊണ്ടുവന്നു തന്നു. ജോസഫേട്ടൻ പറഞ്ഞു:"വളരെ കഷ്ടപ്പെട്ടാണ് കണ്ടുപിടിച്ചതും, അതിനെ പറിച്ചെടുത്തതും. നാരായവേര് കുറച്ച് പൊട്ടി പോയിട്ടുണ്ടെങ്കിലും അച്ചൻ ഇത് നട്ടോളൂ അത് പിടിക്കും."

വളരെ സന്തോഷത്തിൽ ഞാൻ ഏഴിലംപാല കുഞ്ഞിനെ ഒരു ചെറിയ ചെടിചട്ടിയിൽ വെച്ചു. വേരൊക്കെ പിടിച്ച് നല്ല ഉഷാറായി കഴിയുമ്പോൾ സ്കൂൾ പരിസരത്തേക്ക് മാറ്റി പറിച്ചു നടാനായിരുന്നു എന്റെ പദ്ധതി. തിരുവചനങ്ങൾ പകരുന്ന ജോസഫ് ചേട്ടന്റെ പരിശുദ്ധമായ കൈകൾ കൊണ്ട് നൽകിയ പാലതൈ, ചെടിച്ചട്ടിയിൽ ബാലാരിഷ്ടതകൾ എല്ലാം അതിജീവിച്ച് സുന്ദരമായ ഹരിതാഭ തളിരുകളോടെ സ്കൂൾ കോമ്പൗണ്ടിലേക്ക് മാറി താമസിക്കുവാൻ തയ്യാറായി വളർന്നു. ഇടവപ്പാതി പെയ്യുവാൻ ഞാൻ കാത്തി

രുന്നു. പുതുമഴ പെയ്ത് മണ്ണ് പാകമായപ്പോൾ ഞാൻ അവനെ എല്ലുപൊടിയും, ഉണക്കചാണകവും ആവശ്യത്തിനിട്ട കുഴിയിലേക്ക് പറിച്ചുനട്ടു.

പാവറട്ടി സ്കൂളിന്റെ നൂറാം വാർഷികം അടുത്തു വരുന്നതിന്റെ സംസാരം അവിടെയും ഇവിടെയും ഉയർന്ന് തുടങ്ങിയിരുന്നു. പടവുകളോടുകൂടി കൊമ്പുകളിൽ നല്ല പച്ചപ്പോടെ, ഒരു പക്ഷെ പാവറട്ടി സ്കൂൾ പ്രദേശത്തെ ആദ്യത്തെ ഏഴിലംപാലയായി അഴകോടെ അവൻ വളർന്നു. സ്കൂൾ നൂറാം വാർഷികത്തിൽ ഒരു ഓർമ്മമരമായി അവൻ നിൽക്കുമെന്നും ഞാൻ ആശിച്ചു.

പാവറട്ടി ഹൈസ്കൂളിൽ ഹിന്ദി അദ്ധ്യാപകനായി ജോലിയിൽ പ്രവേശിച്ചിട്ട് ഞാൻ നേരിട്ട ആരംഭ പ്രശ്നങ്ങളൊക്കെ അതിജീവിച്ച് വർദ്ധിച്ച സന്തോഷത്തോടെ ഞാനും എന്റെ അദ്ധ്യാപക വളർച്ചയുടെ സുഗമദിശയിലേക്ക് നീങ്ങിതുടങ്ങിയിരുന്നു. പാവറട്ടി സ്കൂളിലാണ് ആദ്യമായി ഞാൻ ഔദ്യോഗികമായി അദ്ധ്യാപക തസ്തികയിലേക്ക് നിയമിക്കപ്പെട്ടത്. പാവറട്ടിയിലെ വാസം ഇപ്പോൾ എന്റേത് മൂന്നാം ഊഴമായിരുന്നു. വലിയ സന്തോഷത്തോടും, പ്രതീക്ഷയോടും കൂടി ആരംഭിച്ച എന്റെ മൂന്നാം പാവറട്ടി ജീവിതം ആദ്യവർഷം, സംഘർഷപൂരിതമായിരുന്നു. ഹൈസ്കൂൾ അദ്ധ്യാപകനായി നിയമിക്കപ്പെട്ട എനിക്ക് യു.പി. സ്കൂളിലും ഹിന്ദി പഠിപ്പിക്കേണ്ടതായി വന്നു. അധിക പിരിയഡുകൾ കാരണം ഞാൻ അവശനായി. എന്റെ കുടുംബത്തിലോ, കുട്ടിക്കാലത്തോ ഇല്ലാതിരുന്ന ആസ്തമാരോഗം ഇങ്ങനെയാണ് എന്നിൽ ആരംഭിക്കുന്നത്. പെരുമഴകാലത്ത് മൂക്കടപ്പും ശ്വാസമുട്ടും മൂലം വളരെ കഷ്ടപ്പെട്ടിരുന്ന എന്നെകൊണ്ട്, രാത്രിയിൽ സ്കൂൾതോട്ടത്തിൽ ചെടികൾ നടുവിപ്പിക്കുമായിരുന്നു. ആജ്ഞാപകനായ അദ്ധ്യാപക പ്രധാനി കുടചൂടി നിൽക്കും. ഞാൻ നിറകണ്ണുകളോടെ പ്ലാസ്റ്റിക് തൊപ്പി വെച്ച് രാത്രിയിലെ കോരിച്ചൊരിയുന്ന മഴയത്ത് ചെടികൾ വെക്കും. തിരിച്ച് മുറിയിൽ വന്ന് രാത്രി മുഴുവൻ ആസ്തമയുമായി മല്ലിടും. എന്തുചെയ്യാം? സങ്കടങ്ങളിൽ പതറാതെ പിടിച്ചു നിൽക്കേണ്ടത് എന്റെ അദ്ധ്യാപക ജോലിയിൽ തുടരുവാനായി എനിക്ക് അത്യാവശ്യമായിരുന്നു.

പലപ്പോഴും ജീവിതത്തിൽ ചോദിക്കുവാനും പറയുവാനും ആരും ഇല്ലാത്ത അന്യായ പൂർണ്ണമായ അവസ്ഥാ വിശേഷങ്ങളെ

നമുക്ക് തരണം ചെയ്യേണ്ടതായി വരും. ശവി, മണ്ടൻ, മടിയൻ, ഭോഷൻ എന്നൊക്കെയുള്ള ചങ്കുതുളയ്ക്കുന്ന അദ്ധ്യാപക പ്രധാനിയുടെ ശകാരവാക്കുകളും നിരന്തരം എനിക്ക് കേൾക്കണമായിരുന്നു. പുകച്ച് പുറത്ത് ചാടിക്കുവാൻ സന്യാസ ജീവിതത്തിൽ അധികാരികൾക്ക് അണികളും, നിയമങ്ങളും, പിൻബലം നൽകുന്ന മേലധികാരികളും ഉണ്ട് എന്നുള്ള സത്യം തുറന്ന് പറയുന്നതിൽ എനിക്ക് ലവലേശം സങ്കോചം ഇല്ല. എന്നെപോലെ എത്രയോ പാവങ്ങളുടെ കണ്ണീർ വീണ് കുതിരുന്നതാണ് സന്യാസ കൊത്തളങ്ങളുടെ അകത്തളങ്ങൾ!

സന്യാസഭവനങ്ങളിൽ അധികാരവും ആധിപത്യവും ഉള്ളവരായ ചിലർ കാട്ടികൂട്ടുന്ന കോപ്രായങ്ങൾ ചില്ലറയല്ല. നിശ്ചിത കാലയളവിലേക്ക് നിയമിതരാകുന്ന ഇവരുടെ താന്തോന്നിത്തരങ്ങളെ മിണ്ടാപ്രാണികളെ പോലെ സഹിക്കുവാൻ വിധിക്കപ്പെട്ട അനേകരുണ്ട്. പ്രതികരിച്ചാൽ, ചോദ്യം ചെയ്താൽ, നിഷേധിച്ചാൽ അധികാരത്തിന്റെ വാൾമുനയിൽ നിറുത്തി ഭീഷണിപ്പെടുത്തും...അപമാനകരമായ സ്ഥലമാറ്റങ്ങൾ തരും...അർഹിയ്ക്കുന്നത് നഷ്ടപ്പെടുത്തി കളയും... മാനസികരോഗികളും, വിപ്ലവകാരികളും, ദൈവവിളി ഇല്ലാതെ കയറികൂടിയവരും, സത്യവിശ്വാസം ഇല്ലാത്തവരും ഒക്കെയായി മുദ്രകുത്തി നടുവൊടിക്കും... കൂമ്പ് കരിച്ചുകളയും. എന്നാൽ, നിശ്ചിതകാലയളവിലേക്കും, റിട്ടയർമെന്റ് വരെയും അധികാര പടവാൾ കയ്യിലേന്തിയവർക്ക് ഒന്നും സംഭവിക്കുകയില്ല. 'അനുസരണം ബലിയേക്കാൾ ശ്രേഷ്ഠം' എന്നുള്ള തിരുവചനം ഇത്തരം അധികാര ആഭാസന്മാർ തങ്ങളുടേതായ നിലയിൽ വ്യാഖ്യാനിച്ച് അധീനരെ ചൂഷണം ചെയ്യുവാനും, വാ അടപ്പിക്കുവാനും ഉള്ള ആദ്ധ്യാത്മിക മാമൂലുകളായി മാറ്റിയെടുക്കും. ആട്ടിൻ തോലിട്ട ഈ ചെന്നായ്ക്കളെ നക്കി നിൽക്കുന്നവരും സന്യാസഭവനങ്ങളിൽ ഉണ്ട്. 'ഞാൻ തഴുകാം നിൻ പൃഷ്ഠം...നീ തഴുകൂ എൻ പൃഷ്ഠം... തഴുകി തലോടി തീർക്കാം നമുക്കിവിടെ സ്വർഗ്ഗം' എന്നതാണ് ഇവരെ നയിക്കുന്ന വിചിത്രമായ ജീവിതവീക്ഷണം. ഇവർ സൃഷ്ടിച്ചെടുക്കുന്ന മൂഢസ്വർഗ്ഗങ്ങൾ വെള്ളയടിച്ച കുഴിമാടങ്ങളാണ് എന്നുള്ളതാണ് പരമാർത്ഥം. ഇന്ന് സന്യാസജീവിതത്തിൽ ഏറ്റവും അപകടമായി തീർന്നിരിക്കുന്ന ഗ്രൂപ്പിസവും, കോക്കസ് ബന്ധങ്ങളുമൊക്കെ ഇങ്ങനെയാണ് ഉടലെടുക്കുന്നതും, പച്ചപിടി

ക്കുന്നതും, തഴച്ച് വളരുന്നതും. പരിശുദ്ധാത്മാവിന്റെ ഫലങ്ങൾ ഒന്നും തന്നെ ഇല്ലാതെ പച്ചിലകൾ മാത്രമായി തഴച്ച് വളർന്നു നിൽക്കുന്ന യേശുശാപം ഏറ്റുവാങ്ങിയ അത്തിമരങ്ങളുടെ ആധുനിക രൂപങ്ങളാണ് ഇവർ. ഇവരിലൂടെയാണ് ജെസ്മിലൂസിമാർ ജനിക്കുന്നത്. ആത്മീയതയുടെ ആടകൾ അണിഞ്ഞ അധികാര ആഭാസന്മാർ ക്രിമനലുകളാണ്. മനുഷ്യത്വമില്ലാതെ വ്യക്തിഹത്യ ചെയ്യുന്ന ഇവരെ നിയന്ത്രിക്കുവാൻ ഒരു ഭരണസംവിധാനവും ഇല്ല. ജനാധിപത്യ യുഗത്തിൽ ഫ്യൂഡലിസം നടപ്പിലാക്കി ജീവിക്കുന്ന ഇവർ പുറമെ ആദരണീയരും, അംഗീകരിക്കപ്പെടുന്നവരും ഒക്കെയാണെങ്കിലും, ഇവരുടെ കാൽക്കീഴിൽ ഞെരിഞ്ഞമരുന്ന മനുഷ്യജീവിതങ്ങളെ കുറിച്ച് അധികം ആരും അറിയാറില്ല. ന്യൂനപക്ഷങ്ങളെ സംരക്ഷിക്കുവാൻ സർക്കാർ നിയമങ്ങളുണ്ട്. ആത്മീയ ജീവിതത്തോട് സ്വയമേവ ആഭിമുഖ്യം ഉണ്ടായതുകൊണ്ട്, ആ ജീവിതത്തെ പുൽകുന്നവരെ ന്യൂനപക്ഷങ്ങളായി പരിഗണിക്കുന്നത് പ്രയോജനകരമാണ്. അവർക്ക് അവകാശപ്പെട്ട നീതിന്യായ സംരക്ഷണം സംലഭ്യമാകുവാൻ സർക്കാർസംവിധാനങ്ങൾ വേണം. കാരണം, അവർക്കും അന്തസ്സുള്ള പൗരജീവിതത്തിന് അവകാശമുണ്ടല്ലോ.

എന്റെ സങ്കടങ്ങളും, സംഘർഷങ്ങളും കേട്ടറിഞ്ഞ ഒരു പ്രിൻസിപ്പാളച്ചൻ എന്നെ കണ്ടപ്പോൾ പറഞ്ഞു: "ജോർജ്ജിന്റെ വിശേഷങ്ങൾ ഞാൻ അറിഞ്ഞു. ആ അദ്ധ്യാപക പ്രധാനി ഇവിടെ കുറെനാൾ ഉണ്ടായിട്ടുണ്ട്. പുറത്തറിഞ്ഞാൽ നാണക്കേട് ഉണ്ടാക്കുന്ന ജീവിതമായിരുന്നു ഇവിടെ. ആളുടെ ഉള്ളിൽ ആർക്കും കെടുത്തുവാൻ പറ്റാത്ത ഒരു തീ ഉണ്ട്. ജോർജ്ജിന് അത് അറിയാമല്ലോ. ജോർജ്ജിനെ പോലെയുള്ളവരെ കുതിരകയറി ആ തീ മറച്ച് പിടിച്ച് മാന്യനാകാൻ നോക്കുന്നതാണ് അയാൾ. ഒരു കൊല്ലം കഴിയുമ്പോൾ എന്തായാലും പോയ്കിട്ടും. നമ്മൾ ചുമന്നേ പറ്റൂ...ജോർജ്ജ് പിടിച്ച് നിൽക്കണം."

'ഒരു താരകയെ കാണും, രാവുമറക്കും പാവം മാനവഹൃദയം.' സുഗതകുമാരി എഴുതിയ ഈ കവിതാശകലത്തിന്റെ ഉള്ളർത്ഥങ്ങൾ എന്നെ ആശ്വസിപ്പിച്ച ആ നല്ല വൈദികനിൽ ഞാൻ ദർശിച്ചു. ഉയരം കുറഞ്ഞ്, നല്ല വെളുത്ത ശരീരത്തോടുകൂടിയ, സൗമ്യമായി

സംസാരിക്കുന്ന ഭാഷാ വിദഗ്ദനായ ആ വന്ദ്യവൈദികന്റെ വാക്കുകൾ എനിക്ക് ആശ്വാസം പകർന്ന ആപ്തവാക്കുകളായി.

ഏഴിലംപാലയുടെ തൈ കൊണ്ടുവന്ന് നൽകിയ തിരുവചന വിതരണ ശുശ്രൂഷിയായിരുന്ന ജോസഫ് ചേട്ടൻ ഒരു ദിവസം എന്നെ കണ്ടപ്പോൾ പറഞ്ഞു: "എലിപ്പെട്ടീലെ എലിയെ കൂടിനുള്ളിലിട്ട് കൊല്ലാൻ കുത്തുന്ന പോലെയാണ് ജോർജ്ജച്ചനോടുള്ള പെരുമാറ്റം എന്ന് പണിക്കാരി അമ്മുട്ടി പറഞ്ഞ് ഞാൻ അറിഞ്ഞു. അച്ചൻ സങ്കടപെടേണ്ട. കർത്താവ് എല്ലാം കാണുന്നുണ്ട്." പാവറട്ടി സ്കൂളിലെ ഉച്ചകഞ്ഞി പുരയ്ക്കുടത്തുള്ള കിണറിന്റെ അരികത്തുണ്ടായിരുന്ന കൂറ്റൻ കടപ്ലാവിന്റെ കടയ്ക്കൽ വെച്ച് ജോസഫ് ചേട്ടൻ പറഞ്ഞ ആശ്വാസവചനങ്ങൾ കേട്ട് ഞാൻ പൊട്ടികരഞ്ഞു. "ച്ഛെ! കൊച്ചച്ചൻ ഇങ്ങനെ കരയല്ലേ. കളികഴിഞ്ഞ് പിള്ളേര് വെള്ളം കുടിക്കാൻ വരണ സമയമായി. അവര് കാണും. മുഖം കഴുകി അച്ചൻ മുറിയിലോട്ട് പോ... പിന്നെ സംസാരിക്കാം." ആ സമയത്ത് ആശ്രമത്തിലേക്ക് കാലുകൾ ചെരിച്ച് ചെരിച്ച് മൂക്കുപൊടി വലിച്ച് പോകുന്ന ഒരു വ്യക്തിയെ ചൂണ്ടികാണിച്ച് ജോസഫേട്ടൻ പറഞ്ഞു: "അയാളേം, അയാളുടെ മൂത്ത മോനേം സൂക്ഷിച്ചോണം. പരദൂഷണവും ഇല്ലാകാര്യങ്ങളും പറഞ്ഞ് പരത്തി സ്വന്തം പള്ള വീർപ്പിക്കുന്നവരാണ് അവർ." ജോസഫ് ചേട്ടൻ കള്ളിമുണ്ട് വളച്ച് കുത്തി സൈക്കളിൽ കയറി വീട്ടിലേക്ക് പോയി. ഞാൻ മുഖം തുടച്ച് എന്റെ മുറിയിലേക്കും പോയി.

അമ്മുട്ടിയെ പോലെ, ജോസഫ് ചേട്ടനെ പോലെ ചില നല്ല സമറയാക്കാരുണ്ട് സന്യാസത്തിൽ സുഹൃത്തുക്കളും, സഹായികളും ആയിട്ട്. വൈദീകർക്കും, സന്യസ്തർക്കും വേണ്ടിയുള്ള പ്രാർത്ഥന എല്ലാ ദേവാലയങ്ങളിലും എന്നും ഉണ്ട്. ആ പ്രാർത്ഥന ആത്മാർത്ഥമായി ജപിക്കുന്നവരിൽ വൈദികരുടെയും, സന്യസ്തരുടെയും മാതാപിതാക്കളാണ് എന്നും മുൻപന്തിയിൽ. എന്നാൽ കാശും, പുത്തനും, സമ്മാനവും, സൽക്കാരവും ഒന്നും നൽകാതെ വൈദീകർക്കു വേണ്ടിയുള്ള പ്രാർത്ഥനയുടെ പ്രായോഗിക വശങ്ങൾ പ്രാവർത്തികമാക്കുന്നവരാണ് ജോസഫ് ചേട്ടനെയും, അമ്മുട്ടിയെയും പോലെയും ഉള്ളവർ. ഇവരുടെ സ്നേഹവായ്പിന് വലിയ പ്രാധാന്യവും പ്രസക്തിയും എന്നെപോലെയുള്ളവർക്ക് ഉണ്ട് എന്നുള്ളത് ഒരു പരമാർത്ഥമാണ്.

മുഖം തുടച്ച് ഞാൻ എന്റെ മുറിയിലേക്ക് നീങ്ങുമ്പോൾ ബ്ര.ആന്റണി അച്ചന്റെ വിളി കേട്ട് ഞാൻ നിന്നു. വളരെ സ്നേഹമയൻ ആയിരുന്നു ആന്റണി അച്ചൻ. അദ്ദേഹം പറഞ്ഞു: "നിന്നെ ഒരു സാധനം കാണിച്ചുതരാം. വിഷമം ഉണ്ടാക്കുന്ന കാഴ്ചയാകും നിനക്ക്. എന്നാലും നീ കണ്ടോളൂ." അദ്ദേഹം പുറകുവശത്ത് മറച്ചു പിടിച്ചിരുന്ന ഒരു ഏഴിലംപാല കമ്പ് എന്നെ കാണിച്ചുതന്നു. വാടാത്ത തളിർ ഇലകളുടെ കണ്ണീർകണങ്ങൾ പോലെ കമ്പിന്റെ അടിയിൽ പാലപശ പറ്റിപിടിച്ചിരിക്കുന്നു. ഞാൻ ചോദിച്ചു: "ആരാണ് ഈ കടുംകൈ കാട്ടിയത്." അദ്ദേഹം പറഞ്ഞു: "നിന്നോട് ഞാൻ ഒരു കാര്യം പറയാനിരുന്നതാണ്. നീ വെക്കുന്ന ചെടികൾ എത്ര നനച്ചാലും ഉണങ്ങിപോകുന്നു എന്ന് നീ പറയാറില്ലേ? ചെടികളുടെ തലവശത്ത് പിടിച്ച് മണ്ണിൽ നിന്ന് പൊക്കിവെക്കുന്നത് കൊണ്ടാണ് അവ വാടിപോകുന്നത്. അല്ലാതെ വളം കൂടിയത് കൊണ്ടോ, വെള്ളം ഇല്ലാത്തതുകൊണ്ടോ അല്ല." മരാസുര സാന്നിദ്ധ്യം ഞാൻ മണത്തറിഞ്ഞു. ഏദൻ തോട്ടത്തിൽ ഉണ്ടായിരുന്നതുപോലെ അസൂയയുടെ അവതാരമായ മരാസുര സ്വഭാവം കൂടെ കൊണ്ടുനടക്കുന്നവർ എന്റെ ചുറ്റിലും ഉണ്ട് എന്ന് ഗ്രഹിക്കുവാൻ എനിക്ക് അധികം സമയം വേണ്ടിവന്നില്ല. ആന്റണി അച്ചൻ തുടർന്നു: "ആ ശവിവിളിക്കാരൻ വന്നിരുന്നു. ചില്ലചാത്തന്റെ ചിലയ്ക്കൽ ചിരിയുമായി കുറെ നേരം ഇവിടെ ഉണ്ടായിരുന്നു. നിന്നെ ഇവിടെ നിന്ന് സ്ഥലം മാറ്റിപ്പിക്കുവാനുള്ള ഗൂഢാലോചന നടത്തി പോയി. ഇവിടെ നിന്ന് അയാൾ സ്ഥലം മാറി പോയപ്പോൾ ശല്യം മാറി കിട്ടിയതാണ്. ആട്ടി അകറ്റിയാലും വീണ്ടും വന്ന്കേറി ശല്യം ചെയ്യും അയാളൊക്കെ. മറ്റു രണ്ടു പേരുടേയും കൂടെ അയാൾ കുറേ നേരം കുശ്കുശ്ക്കുന്നുണ്ടായിരുന്നു. നിന്റെ ഏഴിലംപാലയെ കുറിച്ച് ആ ശകുനി കുനുഷ്ട് പറഞ്ഞു. വെള്ളച്ചാമി മഞ്ഞപല്ല് കാണിച്ച് കള്ളച്ചിരി ചിരിക്കുന്നുണ്ടായിരുന്നു. വെള്ളച്ചാമിയാണ് നീ വിലയില്ലാത്തവൻ ആണെന്ന് കാണിക്കുവാൻ ഏഴിലംപാലക്കമ്പ് ഒടിച്ചുകൊണ്ടു വന്നത്." ചില്ലചാത്തന്റെ സ്വഭാവവും ചിരിസ്വരവും ഉള്ള ശവിവിളിയൻ... പരദൂഷണം പറയുന്നതിന്റെ വേഗതയും, ശക്തിയും അനുസരിച്ച് കൈകൾ കൂട്ടിതിരുമ്മി കണ്ണിറുക്കി കുശ്കുശ് പറയുന്ന മഹാ പരപീഡകൻ ശകുനി...താപ്പും തരവും നോക്കി എന്നെ ഉപദ്രവിക്കുന്നതിൽ സന്തോഷം കണ്ടെത്തുന്ന വെള്ളച്ചാമി. ഇവർക്ക് ഈ കുറ്റപേരുകൾ നല്കിയവരെ അഭിനന്ദിക്കണം.

വളരെ അനുയോജ്യമായ അപരനാമങ്ങൾ അവരുടെ സ്വഭാവവൈ കല്യത്തിന് അനുസൃതമായി തന്നെ നല്കപ്പെട്ടിരിക്കുന്നു!

കസേരയിൽ ഞാൻ ഇരിക്കുന്ന സമയത്ത് കസേരയുടെ മുകൾ വശം പിടിച്ച് കുലുക്കി 'കാണിച്ചുതരാം...കാണിച്ചുതരാം' എന്ന് ശവിവിളിയന്റെ മുഖത്ത് നോക്കി പരിഹാസചിരി ചിരിച്ച് എന്നെ ശല്യം ചെയ്യുന്ന വെള്ളച്ചാമിയാണ് ഞാൻ വെക്കുന്ന ചെടികൾ മുകളിൽ നിന്ന് വലിച്ച് വേര് ഇളക്കി ഉണക്കിപ്പിച്ച് കളയുന്നത് എന്ന് അറിഞ്ഞപ്പോൾ ഞാൻ അത്ഭുതപ്പെട്ടുപോയി. ഇത്ര നീച ത്തരം കാണിക്കുന്ന വെള്ളച്ചാമിയൊക്കെ മനസ്സാക്ഷി ഇല്ലാത്ത മരാസുര ജാതിയിൽപ്പെട്ടവൻ ആണെന്ന് ഞാൻ വിലയിരുത്തി. എന്റെ വലതുകാലിന്റെ മുട്ടിൻകീഴെ ഒരിയ്ക്കൽ അറിയാത്ത ഭാവ ത്തിൽ കസേരകൊണ്ട് മുറിവേല്പിച്ച ഈ വെള്ളച്ചാമിയൊക്കെ വെറും പകൽമാന്യൻ ആണെന്ന് വളരെ മുമ്പുതന്നെ ഞാൻ തിരി ച്ചറിഞ്ഞതാണ്.

വിവേകാനന്ദസ്വാമി പറഞ്ഞു എന്ന പറയപ്പെടുന്ന ഒരു പ്രതീക കഥ ഞാൻ വെള്ളച്ചാമിയുടെ സ്വഭാവവുമായി താരതമ്യപ്പെടുത്തി. വിശ്വമാകെ ഉള്ള ശുദ്ധജലങ്ങളിൽ ഏറ്റവും പരിശുദ്ധമായ മാലി ന്യമുക്തജലം ഹിമാലയത്തിലെ മാനസരോവരത്തിൽ ഉള്ളതാണ് എന്ന് സമർത്ഥിച്ചുകൊണ്ട് ശിഷ്യന്മാരോട് വിവേകാനന്ദസ്വാമി പറ ഞ്ഞു: "നിങ്ങൾ മാനസരോവരത്തിലെ കല്ലുകളെ പോലെ ആകരു ത്. അതിലെ അരയന്നങ്ങളെപോലെ ആകണം. ഒരു കല്ല് എത്ര വർഷം മാനസരോവരത്തിലെ ജലത്തിൽ കിടന്നാലും ആ കല്ലിൽ ഒരു തുള്ളി ജലം പോലും കയറുകയില്ല. മറിച്ച്, ആ കല്ല് പൂപ്പലും, പായലും പുരണ്ട് ജലം മലിനമാക്കും. എന്നാൽ, അരയന്നങ്ങൾ ജലത്തിലെ മാലിന്യം കൊക്ക് കൊണ്ട് കൊത്തികളഞ്ഞ് ജലത്തെ എന്നും ശുദ്ധമാക്കി സംരക്ഷിക്കും. എന്റെ ശിഷ്യന്മാരായ നിങ്ങൾ എവിടെ ആയാലും സമൂഹത്തെ ശുദ്ധീകരിക്കുന്ന സാത്വിക്കരാകണം, അല്ലാതെ സമൂഹത്തെ കളങ്കപ്പെടുത്തുന്ന താമസികർ ആകരുത്." താമരവളയം മാത്രം തിന്നുന്ന അരയന്നങ്ങളുടെ മുമ്പിൽ പാലും വെള്ളവും കലർന്ന മിശ്രിതം വെച്ചുകൊടുത്താൽ, അവക്ക് പാല് മാത്രം വലിച്ച് കുടിച്ച് ജലത്തെ അവശേഷിപ്പിക്കുവാനുള്ള അത്ഭു തസിദ്ധി ഉണ്ടെന്നുള്ള സാങ്കല്പിക സിദ്ധാന്തം ആയിരിക്കും വിവേകാനന്ദ്ജി സാരോപദേശ കഥയിൽ പശ്ചാത്തലം ആക്കിയത്.

'കാഞ്ഞിരത്തിൻ കുരു പാലിലിട്ടാൽ കാലാന്തരേ കയ്പ് ശമിപ്പതുണ്ടോ?' ഈ ശകുനിയും, വെള്ളച്ചാമിയും, ശവിവിളിയനുമൊക്കെ മാനോസരവരത്തിലെ കല്ലുകളാണ്. അവരിലെ ദുഷ്ടതയുടെ കയ്പ് ഒരിക്കലും ദൂരികരിക്കപ്പെടുകയില്ല. സജ്ജന സാന്നിധ്യം എത്ര ഉണ്ടായാലും അവർ ദുർജ്ജനങ്ങൾ ആയി തന്നെ തുടരും. സുകൃതസരണിയിൽ ആണെങ്കിലും, വികലവും വികൃതവുമായ വികട വ്യക്തിത്വങ്ങളുടെ ഉടമകളായി അവർ കൂടെയുള്ളവർക്ക് അസുര അനുഭവങ്ങളുടെ ആഘാതം ഏല്പിച്ചുകൊണ്ടിരിക്കും.

ഷേക്സ്പിയറിന്റെ 'മാക്ബത്' നാടകത്തിലെ മൂന്ന് ദുർമന്ത്രവാദിനികളെ പോലെ ആഭാസതരത്തിന്റെ ഒരു ഞെട്ടിയിൽ വിരിഞ്ഞ മൂന്ന് ദുർഗന്ധ പുഷ്പങ്ങളാണ് ശകുനിയും, ശവിവിളിയനും, വെള്ളച്ചാമിയും എന്ന് എനിക്ക് ഉറപ്പായി. ഒപ്പം, ഇവരിലൂടെ എനിക്ക് സംഭവിക്കുവാൻ പോകുന്ന ദുർഘടങ്ങളെ ഞാൻ മുന്നിൽ കണ്ടു. ഞാൻ മുന്നിൽ കണ്ടതൊക്കെ യാഥാർത്ഥ്യങ്ങളായി അടുത്ത ഭാവിയിൽ സംഭവിച്ചു. ഞാൻ ഓമനിച്ച് വളർത്തിയ ശൈശവ ദശയിൽ ആയിരുന്ന ഏഴിലംപാലയെ വെള്ളച്ചാമി വെട്ടി എടുത്ത് ക്രിസ്തുമസ്സ്ട്രീ ഉണ്ടാക്കി.

ഞാൻ ഇരിക്കുന്ന കസേരയിൽ പിടിച്ച് കുലുക്കി 'കാണിച്ചു തരാം' എന്ന് പറഞ്ഞ് ശല്യം ചെയ്തിരുന്ന വെള്ളച്ചാമിയുടെ അകൃത്യം കണ്ട് ശകുനി പരപീഡനത്തിന്റെ പകിട ഉരുട്ടി ചിരിക്കുമായിരുന്നു. ശവിവിളിയൻ എന്റെ സ്ഥലമാറ്റത്തിന്റെ ശവമെടുപ്പിൽ കശുവണ്ടി സമ്മാനമായി കൊണ്ടുവന്ന് ഞാൻ പാവറട്ടിയിൽ ജീവിച്ചിരിക്കെ എന്റെ സ്ഥലം മാറ്റത്തിന്റെ നാളോത്ത് സദ്യ നടത്തി എന്നെ പരിഹസിച്ചു. മേലധികാരികളുടെ മുമ്പിൽ എന്റെ മാനത്തിനും ഭാവിയ്ക്കും ഒരു പ്രാധാന്യവും ഉണ്ടായില്ല. തങ്ങളുടെ കീഴിലുള്ള അധികാരികളെ സംരക്ഷിക്കുന്നതിൽ എന്നും ബദ്ധശ്രദ്ധ ഉള്ളവർ ആയിരിക്കും സന്യാസ ജീവിതത്തിൽ മേലധികാരികൾ എന്ന് പറഞ്ഞു കേട്ടിട്ടുള്ളതിൽ വലിയ വാസ്തവം ഉണ്ടെന്ന് എനിയ്ക്കും അനുഭവത്തിലൂടെ ബോധ്യമായി. സന്യാസ ജീവിതത്തിൽ മേലധികാര കസേരയിൽ കയറിപറ്റുന്നത് തങ്ങൾ ഉണ്ടാക്കി എടുക്കുന്ന അണികളിലൂടെയാണ് എന്നത് പരക്കെ പറയപ്പെടുന്ന ഒരു പരമാർത്ഥമാണ്. ഈ അണികളിലെ നേതാക്കളെയാണ് മേലധികാരികൾ പലപ്പോഴും തങ്ങളുടെ കീഴിലുള്ള

അധികാരങ്ങളുടെ കാവലാളുകളായി ആക്കിവെക്കുന്നത്. അതുകൊണ്ട് സന്യാസത്തിൽ എന്നെപോലെയുള്ള ഗ്രൂപ്പ് ബന്ധങ്ങളിൽ പെടാത്ത സാധാരണ ജീവികൾക്ക് മേലധികാരികളിൽ നിന്ന് ഒരിക്കലും നീതിയും നന്മയും ഉണ്ടാകുകയില്ല എന്നുള്ളത് ഒരു യാഥാർത്ഥ്യമാണ്.

പാവറട്ടി സ്കൂളിൽ നിന്ന് റിട്ടയർ ചെയ്തുപോയ ഒരു ഹെഡ്മാസ്റ്റർ എന്റെ അടുക്കൽ കുമ്പസാരിക്കുവാൻ വരാറുണ്ടായിരുന്നു. അദ്ദേഹം എന്റെ പക്കൽ വന്ന് കരഞ്ഞുകൊണ്ടു പറഞ്ഞു: "അച്ചൻ ഞങ്ങളുടെ തറവാടിനെ ശപിക്കരുത്. അച്ചനെ കൊണ്ട് സ്കൂൾ സ്റ്റാഫിന്റെ മുമ്പിൽ തെറ്റ് പറയിപ്പിച്ചു എന്ന് കേട്ടപ്പോൾ എന്റെ ചങ്ക് പൊട്ടി. ഒരിയ്ക്കലും അത് സംഭവിക്കുവാൻ പാടില്ലായിരുന്നു. ഇപ്പോൾ അച്ചനെ മനുഷ്യത്വം ഇല്ലാതെ സ്ഥലം മാറ്റിപ്പിക്കുന്നു. അതും അച്ചൻ ഒരു ഓപ്പറേഷൻ കഴിഞ്ഞ് സുഖപ്പെട്ട് കൊണ്ടിരിക്കുന്ന സമയത്ത്. ഇതിന്റെയൊക്കെ ചുക്കാൻ പിടിക്കുന്നവരിൽ എന്റെ തറവാട്ടുകാരനും ഉണ്ടെന്ന് എനിക്കറിയാം. അവനും അവന്റെ കൂട്ടാളികളായ സ്റ്റാഫ് അംഗങ്ങളും സോളാർ ബാറിൽ അച്ചന്റെ സ്ഥലമാറ്റം ആഘോഷിച്ചു. സ്കൂൾ കോർപ്പറേറ്റ് മാനേജർ അവന്റെ വീട്ടിൽ വന്ന് തീറ്റ തിന്ന് പോയി. അവർ തമ്മിൽ പണ്ടേ ചങ്ങാതിമാരാണ്. പത്താംക്ലാസ്സ് പാസ്സാകാത്ത ഒരാളെ ആരെങ്കിലും സ്കൂൾ കോർപ്പറേറ്റ് മാനേജർ ആക്കുമോ? ആ ആക്കിയവനാണ് മഹാ തോന്ന്യാസി. കോർപ്പറേറ്റ് മാനേജ്മെന്റിനെ കോപ്രായം ആക്കിത്തീർത്ത് നിയമനത്തിന് കാശ് വാങ്ങുന്ന സഹായിയായ ഒരു നിയമപണ്ഡിതനാണ് ഇപ്പോൾ ശരിയ്ക്കും നിങ്ങളെ ഭരിക്കുന്നത്."

മരണം ഉണ്ടെന്നും, മരണശേഷം നിത്യജീവൻ ഉണ്ടെന്നും, അതിനായി സുകൃത ജീവിതം നയിക്കണമെന്നും ഉറച്ച ബോധ്യം ഉണ്ടായിരുന്ന ഉത്തമ കത്തോലിക്കാ വിശ്വാസിയായിരുന്ന ആ വരേണ്യ ഗുരുവിനോട് ഞാൻ പറഞ്ഞു: "മാഷെ, ഞാൻ ഒരു പാവമാണ്. സ്കൂൾ ഓഫീസിൽ വെച്ച് ചെകിട്ടത്ത് അടികിട്ടിയിട്ടും എനിക്ക് വേണ്ടി നീതി നടത്തിതരുവാൻ മനഃപൂർവ്വം കാലവിളംബം സൃഷ്ടിച്ച ആളാണ് ഇപ്പോഴത്തെ മേലധികാരി. സാഡിസ്റ്റ് സ്വഭാവം ഉള്ള സംശയരോഗിയായ അയാൾ ചത്തതിനെ ചീഞ്ഞു നാറും വരെ കാത്തു സൂക്ഷിച്ച് എന്റെ ജീവിതത്തെ എച്ചിൽ

ചോറാക്കി. എന്നെ വഴിയിൽ തൂക്കിയ ചെണ്ടയാക്കി. ആർക്കും എന്നെ ചവുട്ടിതേയ്ക്കാം; എന്തും ചെയ്യാം; എന്നെക്കുറിച്ച് എന്തും പറയാം. ചോദിക്കാനും പറയാനും എനിയ്ക്ക് ആരുമില്ല. അതു കൊണ്ടാണ് ഇങ്ങനെയൊക്കെ സംഭവിക്കുന്നത്."

അലക്കിതേച്ച മുഷിയാത്ത വെളുത്ത മുണ്ടും ഷർട്ടും ധരിച്ച കുറിയവൻ ആണെങ്കിലും, ഞാൻ മഹാ ഉയരത്തിൽ കാണുന്ന ആ മഹാമനസ്കന്റെ മുമ്പിൽ ഞാൻ തുടർന്നു: "ഞാൻ ആരെയും ശപിക്കാനും മറ്റും പോകുന്നില്ല. എന്റെ ശാപം ഏല്ക്കത്തക്ക വിധത്തിലുള്ള മഹത്വമൊന്നും എനിക്കില്ല." മാഷ് എന്റെ സംസാരം തുടരാൻ അനുവദിക്കാതെ പറഞ്ഞു: " അങ്ങനെ ഒന്നും അച്ചൻ പറയല്ലെ. അച്ചനെ കാണുമ്പോൾ എന്തോ എനിക്ക് വിശ്വാമിത്ര മഹർഷിയെ ഓർമ്മ വരുന്നു. അത്ര ഉള്ള് ഉള്ളവനാണ് അച്ചൻ." ഞാൻ ചിരിച്ചു. കുടുകുടെ ചിരിച്ചു. ഞാൻ പറഞ്ഞു: "പൊന്നു മാഷെ, ജീവിച്ച് പൊക്കോട്ടെ. ഇങ്ങനെയൊന്നും ആരോടും എന്നെക്കുറിച്ച് പറയല്ലെ. ഈ സ്കൂളിലെ എമ്പോക്കികൾ ഉടനെ മേനകയെ വെച്ച് എന്നെ കൂടുതൽ അപഹാസ്യനാക്കും." മാഷും ചിരിച്ചു. അങ്ങനെ ഞങ്ങളുടെ ദുഃഖത്തിന്റെ കാർമേഘം മൂടിയ സംസാരത്തിനിടയിൽ ചിരിയുടെ ചെറു പ്രകാശ രശ്മികൾ വീശി.

മാഷ് തുടർന്നു: "സ്വന്തം തന്തയെ തല്ലികൊന്ന് കെട്ടി തൂക്കിയവരും, മക്കൾ ഇല്ലാത്ത ശിഖണ്ഡികളും, കല്ല്യാണം കഴിക്കാതെ പെൺകുഞ്ഞിന്റെ അപ്പൻ ആയവനും ഒക്കെ ഉണ്ട് ഈ ഗൂഢസംഘത്തിൽ. പിശാചിന്റെ കാഷ്ഠം കൊണ്ട് നടക്കുന്ന ആ ശകുനി എത്ര പേരെ നശിപ്പിച്ചിരിക്കുന്നു! ഇപ്പോൾ അച്ചനും ഇരയായി. എന്തുചെയ്യാം.?"

വളരെ രഹസ്യമായി എന്റെ കാതിലേക്ക് പറഞ്ഞുകൊണ്ട് മാഷ് തുടർന്നു: "മഞ്ഞോന്തിന്റെ നിറമുള്ള ആ അലർജികാരനാണ് അച്ചനോട് ഏറ്റവും വലിയ അലർജി. വലിയ സംഘടന പ്രവർത്തകനാണെന്നാണ് ഭാവം. ആദ്യം അവൻ പഠിപ്പിക്കുന്ന സ്കൂൾ നന്നാക്കുവാൻ അവൻ ശ്രദ്ധിക്കട്ടെ. പിന്നെ ആ ചൊക്കരകണ്ണൻ ചായകടക്കാരൻ ഉണ്ടല്ലൊ, അവൻ ഞരമ്പു രോഗിയാണ്. പ്രിയ ഭക്ഷണവും കള്ളും നൽകി പാവറട്ടി ഇന്നസെന്റിനെ അവൻ എന്നും കൂടെ കൊണ്ടു നടക്കുന്നു. അച്ചനെ കെട്ടുകെട്ടിക്കാൻ പാവറട്ടി ഇന്നസെന്റ് ക്വട്ടേഷൻ കൊടുത്തിരിക്കുകയാണ്. സിഗററ്റ് വലിച്ചും,

കള്ളുകുടിച്ചും തെണ്ടി നടന്നു എന്നല്ലാതെ സ്കൂളിന് വേണ്ടി ഒന്നും ചെയ്തിട്ടില്ല ഇയാളൊക്കെ. അതല്ലേ എല്ലാ സൗകര്യങ്ങൾ ഉണ്ടായിട്ടും വെറും നാൽപത്തിയൊന്ന് ശതമാനത്തിൽ ഇവിടത്തെ സ്കൂളിന്റെ S.S.L.C. റിസൽട്ട് നിൽക്കുന്നത്."

എത്ര നല്ല വിലയിരുത്തലാണ് വിരമിച്ച ആ ഹെഡ്മാസ്റ്ററുടേത് എന്ന് ഞാൻ തിരിച്ചറിഞ്ഞു. റിട്ടയർ ചെയ്ത് പോയെങ്കിലും, തനിക്കും, തന്റെ കുടുംബത്തിനും ഉപജീവനമാർഗ്ഗം നൽകിയ, താൻ സേവനം ചെയ്ത, സ്ഥാപനത്തെ ഇന്നും ആത്മാർത്ഥമായി സ്നേഹിക്കുന്ന അസ്സൽ അദ്ധ്യാപകൻ!! അദ്ദേഹത്തോടുള്ള എന്റെ ആദരവ് പതിന്മടങ്ങായി.

"അച്ചൻ വാ...നമുക്ക് ചാവക്കാട് കടപ്പുറം വരെ ഒന്ന് പോകാം. അച്ചൻ അവിടെ പോയിരുന്ന് പാട്ടുകളൊക്കെ എഴുതുവാൻ ഇഷ്ടപ്പെട്ടിരുന്നുവല്ലോ. ഞാൻ കാറ് എടുത്തുകൊണ്ടുവരട്ടെ." മാഷിനോട് ഞാൻ പറഞ്ഞു: "മാഷെ, ചാവക്കാട്ടത്തെ കടൽകാറ്റും, പാവറട്ടിയിലെ തെങ്ങോലകാറ്റുമൊക്കെ എനിക്ക് നഷ്ടപ്പെടുന്നു. ഇത്ര ചെറുപ്രായത്തിൽ എന്നെ ഇത്ര അപമാനിതനാക്കി എന്നെ നശിപ്പിച്ചു." എന്റെ കണ്ണുനിറയുന്നത് ആ നല്ല മനുഷ്യൻ കണ്ടു. അദ്ദേഹം എന്നെ നിർബന്ധിച്ച് ഒരു മനസന്തോഷത്തിനായി ചാവക്കാട്ടേയ്ക്ക് കൊണ്ടുപോയി. മാമാബസാറിൽ എത്തിയപ്പോൾ അദ്ദേഹം ചോദിച്ചു: "എന്താണച്ചാ, ആ കോൺവെന്റിൽ ഉണ്ടായത്? അച്ചനെ കന്യാസ്ത്രീകൾ പ്രത്യേകം ആവശ്യപ്പെട്ട് അവരുടെ കുമ്പസാരക്കാരൻ ആക്കിയെന്നും, പിന്നീട് അച്ചനെ വളരെ അവഹേളിച്ചുകൊണ്ട് കുമ്പസാരിപ്പിക്കുവാൻ വരേണ്ടതില്ല എന്ന് പറഞ്ഞു എന്നും ഞാൻ കേട്ടു." ഞാൻ അതിശയത്തോടെ മാഷിനോട് ചോദിച്ചു: "മാഷ് ഈ കാര്യങ്ങളൊക്കെ എങ്ങനെ അറിഞ്ഞു." "വികാരി അച്ചൻ എന്റെ വലിയ സുഹൃത്താണ്. അദ്ദേഹം പറഞ്ഞാണ് ഞാൻ അറിഞ്ഞത്. അവിടെയുള്ള മൂന്ന് കിങ്കരന്മാർ ഇല്ലേ? അച്ചനെ നിരന്തരം ശല്യം ചെയ്ത്, അച്ചനെകൊണ്ട് സ്കൂൾ സ്റ്റാഫിന്റെ മുമ്പിൽ തെറ്റ് പറയിപ്പിച്ച്, ഇപ്പോൾ അച്ചന്റെ സ്ഥലം മാറ്റം ഒപ്പിച്ചെടുത്ത അവിടെയുള്ള ആ മൂന്ന് നികൃഷ്ടജന്മങ്ങൾ! ആ ശകുനിയും, ശവിവിളിയനും, വെള്ളച്ചാമിയും. അവർ പറഞ്ഞുകൊടുത്തത് പ്രകാരമാണ് അവർ അങ്ങനെ ചെയ്തത്. വികാരി അച്ചൻ കന്യാസ്ത്രീകളെ വിളിച്ച് സത്യാവസ്ഥ പറഞ്ഞ് മനസ്സി

ലാക്കിപ്പിച്ച് അവരെ ആട്ടി. അച്ചനെ വീണ്ടും വിളിക്കുവാൻ അവരോട് പറഞ്ഞു. അപ്പോഴേക്കും അച്ചന് സ്ഥലമാറ്റവും ആയി."

അപ്പോഴേക്കും ഞങ്ങൾ ചാവക്കാട് കടപ്പുറത്ത് എത്തിക്കഴിഞ്ഞിരുന്നു. ഞാൻ മാഷിനോട് പറഞ്ഞു: "മാഷെ, വല്ലവരും പറഞ്ഞുകൊടുത്ത പരദൂഷണങ്ങൾ അതേപടി വിശ്വസിച്ച് എന്നെ അപമാനിച്ചവർക്ക് സേവനം നൽകുവാൻ നാലുമണിക്ക് ക്ലാസ്സ് കഴിഞ്ഞ് എന്റെ ബാസ്കറ്റ്ബോൾ കളിയും, തോട്ടപണിയും ഉപേക്ഷിച്ച് അവർ ആവശ്യപ്പെടുന്നത് പ്രകാരം രണ്ടാഴ്ച കൂടുമ്പോൾ ഒരു ദിവസം ഞാൻ പോകരുതായിരുന്നു എന്ന് എനിക്ക് ഇപ്പോൾ മനസ്സിലായി. മാഷും, അവരും എന്റെ അടുക്കൽ കുമ്പസാരിക്കുന്നവർ. കുമ്പസാരം വെറും ഒരു ചടങ്ങല്ല; സ്വഭാവ പരിവർത്തനമാണ് പ്രധാനം. എന്റെ വിലയിരുത്തൽ ശ്രവിച്ച് മാഷ് അർത്ഥം വെച്ചൊണ്ട് മൂളി. എന്നിട്ട് പറഞ്ഞു: "അച്ചൻ ഇവിടെ നിൽക്ക്. ഞാൻ പോയി കുറച്ച് കപ്പലണ്ടി വാങ്ങി വരാം."

ഞാൻ കടലിലേക്ക് നോക്കി. എന്നത്തേതുപോലെ അന്നും ചാവക്കാട് കടൽ ശാന്തസുന്ദരമായിരുന്നു. പടിഞ്ഞാറ് നിന്ന് ഓളങ്ങൾ ഓടിവന്ന് ഇനി ഞങ്ങളെ കാണുവാൻ അച്ചൻ വരില്ല അല്ലേ എന്ന് സങ്കടത്തോടെ ചോദിക്കുന്നത് പോലെ എനിക്ക് തോന്നി. അകലെ അസ്തമിച്ച് കൊണ്ടിരിക്കുന്ന സൂര്യൻ അകന്നകന്ന് പോകുന്നതുപോലെ എനിക്ക് വളരെ പ്രിയപ്പെട്ട ചാവക്കാട് കടപ്പുറവും എന്നിൽ നിന്ന് വിദൂരത്തായി പോകുന്നു എന്ന് ഞാൻ മനസ്സിലാക്കി. ചാവക്കാട് കടപ്പുറത്തെ ഞാൻ മനസ്സിൽ താരതമ്യപ്പെടുത്തിയിരുന്നത് ഗലീലി കടൽ തീരത്തോട് ആയിരുന്നു. ഗലീലി കടവത്ത് തോണിയിലിരുന്ന് യേശു തന്റെ പക്കൽ വരുന്നവരോട് ആശ്വാസവചസ്സുകൾ അരുളി ചെയ്തിരുന്നതുപോലെ എന്നെയും സാന്ത്വനപ്പെടുന്ന തിരുമൊഴികൾ അദൃശ്യരൂപത്തിൽ യേശു എന്നോട് പറയുന്ന അനുഭവം എനിക്ക് പലപ്പോഴും ഈ കടപ്പുറത്ത് വെച്ച് ഉണ്ടായിട്ടുണ്ട്. ചാവക്കാട് കടപ്പുറം എന്നിൽ നിന്ന് അകന്ന് പോയാലും, യേശു എനിക്ക് എപ്പോഴും സമീപസ്ഥൻ ആകും എന്നുള്ള വിശ്വാസത്തിൽ ഞാൻ ആശ്വസിച്ച് നിൽക്കുമ്പോൾ, രണ്ട് കുമ്പിൾ പൊതി കപ്പലണ്ടിയുമായി എന്റെ അടുത്തേക്ക് മാഷ് മടങ്ങിയെത്തി. ഒരുപൊതി എന്റെ കയ്യിലേക്ക് നൽകി കൊണ്ട് മാഷ് പറഞ്ഞു: "പള്ളിയിൽ, ഞായറാഴ്ച കുർബ്ബാനയ്ക്കിടക്ക്

അങ്ങനെ ഒരു പ്രസംഗം അച്ചൻ പറയരുതായിരുന്നു. മാഷുടെ സംസാരം തുടരുവാൻ അനുവദിക്കാതെ ഞാൻ ഇടയ്ക്കു കയറി സ്വല്പം നീരസത്തോടെ പറഞ്ഞു: "മാഷ് എന്റെ പ്രസംഗം കേട്ടിട്ടില്ലല്ലോ. എന്റെ പ്രസംഗത്തെ കുറിച്ച് വളരെ കുറച്ച് പേർ മാത്രമാണ് നുണകൾ പറഞ്ഞു പരത്തിയത്. പറഞ്ഞു പരത്തിയതൊക്കെ അസത്യങ്ങളാണെന്ന് സ്ഥാപിക്കുവാൻ അന്ന് പള്ളിയിൽ ഉണ്ടായിരുന്ന പലരും തയ്യാറായതാണ്. പക്ഷെ നുണയന്മാർക്കാണ് പ്രാധാന്യം ലഭിച്ചത്. അവരാണ് വിജയിച്ചത്. എന്റെ അധികാരികൾ നുണയന്മാർ പറഞ്ഞതാണ് സത്യം എന്നുള്ള നിലപാട് എടുത്തു. ഞാൻ പ്രസംഗിച്ചത് ജെറുസലം ദേവാലയത്തെ കർത്താവ് ശുദ്ധീകരിച്ചതിനെ കുറിച്ചാണ്. അതുപോലെ ഒരു ശുദ്ധീകരണം നമ്മുടെ ഈ സ്കൂളിലും വേണം; അതിനായി ഈ സ്കൂളിലെ പൂർവ്വവിദ്യാർത്ഥികളായ രക്ഷാകർത്താക്കൾ മുന്നോട്ട് വരണം എന്ന് ഞാൻ പ്രസംഗിച്ചത് ശരിതന്നെയാണ്. ഇതിൽ ഒരു അപാകത എനിക്ക് തോന്നിയില്ല. എനിക്ക് സ്കൂളിന്റെ നന്മയാണ് പ്രധാനമായിട്ടുള്ളത്.

മാന്യനായ ആ മാഷ് ഞാൻ പറഞ്ഞത് വിശ്വസിച്ചു എന്ന് എനിക്ക് തോന്നി. അദ്ദേഹം പറഞ്ഞു: "പക്ഷെ, കൊച്ചച്ചന്റെ പ്രസംഗത്തെ വളച്ചൊടിച്ച് ദുർവ്യാഖ്യാനം ചെയ്ത് അച്ചനെതിരെ ആരോപണങ്ങൾ അഴിച്ചുവിട്ടു. അതിന് തുടക്കക്കാരൻ ആയത് എന്റെ ബന്ധുവാണ്. അവൻ പള്ളിയിൽ ഉണ്ടായിരുന്നു. അവനെ ഉദ്ദേശിച്ച് അവന്റെ മുഖത്ത് നോക്കി അച്ചൻ അവനെ അപമാനിച്ച് പ്രസംഗിച്ചു എന്നാണ് അവൻ പറഞ്ഞു നടക്കുന്നത്. പള്ളിയിൽ ഇരുന്നിരുന്ന അവന് മാനക്കേട് ഉണ്ടായത്രെ! കള്ളുകുടിച്ച് കൂത്താടി നടക്കുന്ന അവന്റെ മാനവും മാന്യതയും അവന്റെ തറവാട്ടുകാരനായ എനിക്കറിയാം അച്ചോ."

"ഇനി ഒന്നും പറഞ്ഞിട്ട് പ്രയോജനമില്ല മാഷെ. സ്കൂളിലെ പ്രശ്നങ്ങളെ കുറിച്ചും, ചില അദ്ധ്യാപകർ കാരണം സ്കൂളിന് സംഭവിച്ചുകൊണ്ടിരിക്കുന്ന ദുർഗതിയെ കുറിച്ചും അധികാരികളെ പലവട്ടം ഞാൻ അറിയിച്ചതാണ്. ആരും ഗൗനിച്ചില്ല. ആ മാഷ് പള്ളിയിൽ ഉണ്ടായിരുന്നു എന്ന് എനിക്ക് എങ്ങനെ അറിയാം? അദ്ദേഹത്തെ പിന്തുണച്ച് എനിയ്ക്കെതിരെ ദുരാരോപണങ്ങൾ പറഞ്ഞു നടക്കുന്ന ആരും തന്നെ പള്ളിയിൽ ഉണ്ടായിരുന്നില്ല

എന്നതും സത്യമാണ്. പിന്നെ, നമ്മുടെ സ്കൂളിനെ അധഃപതിച്ച അവസ്ഥയിൽ നിന്ന് ഉയർത്തികൊണ്ടുവരുവാൻ കഷ്ടപ്പെടാൻ തയ്യാറായ അദ്ധ്യാപകരെയും, അവർക്കൊപ്പം ചേർന്ന വൈദിക നായ എന്നെയും കേട്ടാൽ അറക്കുന്ന തെറികളിലൂടെ എപ്പോഴും പുലഭ്യം പറഞ്ഞിരുന്ന ആ മാഷിന് ഞാൻ പ്രസംഗത്തിൽ പറഞ്ഞ വാചകങ്ങൾ അദ്ദേഹത്തെ കുറിച്ചായിരുന്നു എന്ന് തോന്നിയെങ്കിൽ എനിക്കതിൽ അത്ഭുതം ഇല്ല. അദ്ദേഹത്തിന്റെ അന്തസ്സിനും അഭി മാനത്തിനും എന്റെ അധികാരികൾ വില നൽകി. എനിക്ക് ഒരു വിലയും ഉണ്ടായില്ല. അതുകൊണ്ടല്ലെ സ്കൂൾ സ്റ്റാഫിന്റെ മുമ്പിൽ വെച്ച് എന്നെ കൊണ്ട് തെറ്റ് പറയിപ്പിച്ചത്."

ഞാൻ വിതുമ്പിപോയി. "എന്റെ അധികാരികൾ എന്നെ ഇത്ര തരം താഴ്ത്തിയില്ലേ മാഷെ...ഇപ്പോൾ ഒരു മനുഷ്യത്വവും ഇല്ലാ തെ എന്നെ സ്ഥലം മാറ്റിപ്പിക്കുന്നു." തുടർന്ന് പറയുവാൻ എനിക്ക് സാധിച്ചില്ല. ഞങ്ങളുടെ തൊട്ടടുത്ത് കിടന്നിരുന്ന ഒരു വലിയ വഞ്ചിയിൽ ചാരിനിന്ന് കൊണ്ട് ഞാൻ ചങ്കു തകർന്ന് കരഞ്ഞു. ആ നല്ല മാഷും കരഞ്ഞത് ഞാൻ കണ്ടു. അദ്ദേഹം എന്റെ കൈക ളിൽ കൂട്ടിപിടിച്ചുകൊണ്ട് വിതുമ്പലോടെ പറഞ്ഞു: "അച്ചൻ ഇനി അതൊന്നും ഓർക്കണ്ട. അച്ചനെ ഇത്ര തരം താഴ്ത്തുവാൻ പിന്നിൽ നിന്ന് കുത്തിയത് അച്ചനെ കൊണ്ട് രാത്രിയിലെ പെരുമ ഴ സമയത്ത് സ്കൂൾ തോട്ടത്തിൽ ചെടികൾ വെപ്പിച്ചിരുന്ന ആൾ തന്നെയാണെന്ന് അച്ചന് അറിയോ?" ഞാൻ പറഞ്ഞു: "വിട്ടുകളയ് മാഷെ, ആ വേഷം കെട്ടിയെ. മാഷിന് അറിയുന്നതിനേക്കാൾ കൂടു തൽ അയാളെ കുറിച്ച് എനിക്ക് അറിയാം. അയാളെ ജയിലിൽ ഇരുമ്പുണ്ട തിന്നുന്നതിൽ നിന്ന് രക്ഷിച്ചെടുത്തത് ഞാനാണ്. അയാളെ കുറിച്ചുള്ള എന്റെ രഹസ്യ അറിവുകൾ ഞാൻ സ്റ്റാഫ്റൂ മിൽ പറഞ്ഞു പരത്തി എന്ന് തെറ്റിദ്ധരിച്ചുകൊണ്ടാണ് എന്നോട് ഈ കൊല്ലാക്കൊല ചെയ്തത്." എനിക്ക് കരച്ചിലടക്കാൻ സാധി ക്കുകയില്ലെന്ന് ബോധ്യമായി. പക്ഷെ, എനിക്കും മാഷിനും ചുറ്റും മറ്റാരും ഇല്ലെന്ന് കണ്ട് ഞാൻ ആശ്വസിച്ചു.

കുറച്ച് നേരത്തേക്ക് ഞങ്ങൾ ഒന്നും സംസാരിച്ചില്ല. ഞങ്ങളുടെ ഇടയിലെ ശോകമൗനം മുറിച്ച് കൊണ്ട് ഞാൻ പറഞ്ഞു: "അയാൾ ശകുനിയെയും, സ്റ്റാഫിലെ കുറച്ച് പിൻതിരിപ്പന്മാരെയും സ്വാധീ നിച്ചിരിക്കുകയാണ്. ശകുനിയുടെ കയ്യിലുള്ള പിശാചിന്റെ കാഷ്ഠം

മായ പണത്തിന്മേൽ ആ എടാണ്ടുകാരൻ തന്റെ ചീമ്പ്ര കണ്ണ് വച്ചിട്ടുള്ളത് കൊണ്ട് എല്ലാറ്റിനും ഇവർക്ക് സംരക്ഷണം ഉണ്ട്. എടാണ്ടുകാരൻ എടപാടുകാരനാണ്. മനുഷ്യത്വമില്ലാത്ത മൃഗം. വെറും ഒരു ഫരിസേയ ദുഷ്ടൻ. ഇപ്പോൾ അവർ എല്ലാവരും കൂടി ഞെരിഞ്ഞിലിൽ അത്തിപഴം വിളയിപ്പിക്കുവാനുള്ള തിടുക്കത്തിലാണ്. ഞെരിഞ്ഞിൽ ആയിരിക്കും ഇനി ഇവിടെ വാഴുക."

"അച്ചോ" മാഷ് എന്നെ വിളിച്ചുകൊണ്ട് തുടർന്നു: "നിങ്ങളുടെ ഉള്ളിലെ നശിച്ച ഗ്രൂപ്പിസം എനിക്ക് അറിയാം. ഞെരിഞ്ഞലിനെ കൂട്ടിപിടിച്ച് വോട്ട് ബാങ്ക് ഉണ്ടാക്കുകയാണ് അവർ. ഇലക്ഷൻ വരുമ്പോൾ അവരുടെ സ്ഥാനങ്ങളും, സിംഹാസനങ്ങളും അവർ ഉറപ്പാക്കുകയാണ്. നിങ്ങളുടെ ഉള്ളിൽ കസേരകൾ മറുന്നില്ല; അതിലിരിക്കുന്നവർ പരമാവധി ഇരുന്ന് ഇരുന്ന് നിരങ്ങി കഴിയുമ്പോൾ അവരുടെ ശിങ്കിടികൾക്കായി കസേര മാറികൊടുക്കുകയാണ്. അങ്ങനെ ആളുമാറിയാലും അധികാരം എന്നും അവരുടെ കൈപിടിയിൽ തന്നെയാണ്."

എന്നേക്കാൾ വലിയ പ്രായവും ലോകപരിചയവും ഉള്ളവനുമായ ആ റിട്ടയേർഡ് ഹെഡ്മാസ്റ്റർ എത്ര കൃത്യമായി കാര്യങ്ങൾ ഗ്രഹിക്കുന്നു എന്നറിഞ്ഞ് ഞാൻ ആശ്വസിച്ചു. രാഷ്ട്രീടത്തിലും, സിനിമാമേഖലകളിലും നാം കാണുന്ന പിന്തുടർച്ചാപാരമ്പര്യം തന്നെയാണ് സന്യാസത്തിലും ഉള്ളതെന്നുള്ളത് ഒരു പച്ച പരമാർത്ഥമാണ്. ഗ്രൂപ്പുകൾ ഉണ്ടാക്കപ്പെടുന്നു...ആദ്ധ്യാത്മികതയുടെ മറപിടിച്ച് അധികാരവും സ്വാധീനവും ഉപയോഗിച്ച് ഗ്രൂപ്പുകൾ ശക്തമാക്കപ്പെടുന്നു...ഗ്രൂപ്പുകളിൽ പെടാത്തവർ വേട്ടയാടപ്പെടുന്നു. ചോദിക്കാനും പറയാനും ആരുമില്ല. കാരണം, വേലിതന്നെ വിളവ് തിന്നുന്നു. പിന്നെ ആരുണ്ടിവിടെ ചോദിക്കുവാനും, തിരുത്തുവാനും, നേരെയാക്കാനും?

വർഗ്ഗസ്നേഹം, പക്ഷിമൃഗാദികളുടെ ഇടയിൽ പോലും ഉണ്ട്. ഒരു കാക്കയേയോ, നായയേയോ ആരെങ്കിലും ആക്രമിച്ചാൽ അവ കൂട്ടമായി പ്രതികരിച്ച് ആക്രമിക്കപ്പെട്ടവർക്ക് സംരക്ഷണം നൽകും. പോലീസുകാരുടെ ഇടയിലും, മിലിട്ടറിക്കാരുടെ ഇടയിലും കൂട്ടത്തിൽപെട്ടവരെ കൂട്ടിപിടിക്കുവാൻ എടുക്കുന്ന താല്പര്യം പ്രസിദ്ധമാണ്. എന്നാൽ പരസ്നേഹവും, ക്ഷമിക്കുന്ന സ്നേഹവും ജീവിതസാധനയാക്കി സ്വീകരിച്ചിട്ടുള്ള സന്യാസത്തിലെ ചില

തോന്ന്യാസക്കാർ കുറ്റമില്ലാത്ത രക്തം ഒറ്റികൊടുക്കുകയും, ഊറ്റി കുടിക്കുകയും ചെയ്ത് കൂടെ വസിക്കുന്ന കുറെപേരെ ജീവച്ഛവങ്ങളാക്കി മാറ്റുന്നു.

എന്നിലൂടെ പാവറട്ടി സ്കൂളിന് ലഭിക്കുവാൻ സാധ്യതയുള്ള സൽഫലങ്ങളെ കുറിച്ചോർത്ത് അസൂയപ്പെട്ട് അമർഷം പൂണ്ട മരാസുരന്മാരും അദ്ധ്യാപക ശിഖണ്ഡികളും എനിയ്ക്കെതിരെ ഒരുമിച്ചു. ആട്ടുമുട്ടന്മാരെ തമ്മിൽ തമ്മിൽ കൂട്ടിമുട്ടിപ്പിച്ച് അവരുടെ ചോര കുടിക്കുവാൻ തക്കം പാർത്തിരുന്ന കുറുക്കസ്വഭാവക്കാർ എന്റെ കാര്യത്തിലും ഉണ്ടായി. ഞെരിഞ്ഞിൽ പാവറട്ടിയിൽ സാഘോഷം നടപ്പെട്ടു. എന്നെ പാവറട്ടിയിൽ നിന്ന് കെട്ടുകെട്ടിപ്പിച്ച്, എന്റെ തസ്തികയിൽ കയറിപറ്റുവാൻ അവസരം പാർത്തിരുന്ന ഒരുത്തൻ പാവറട്ടിയിൽ നിയമിക്കപ്പെട്ടു. ഈ രണ്ടുപേർക്കും വേണ്ടിയാണ് ഈ അന്തർനാടകങ്ങളൊക്കെ നടന്നതെന്ന് യാഥാർത്ഥ്യമാണ്. അവർക്കായി എന്റെ അന്തസ്സും അഭിമാനവും ജീവിതവും പിച്ചിചീന്തപ്പെട്ടു. സർക്കസ് കൂടാരങ്ങളിലെ കുള്ളൻ കോമാളികൾ മുഖ്യ അഭ്യാസകാരുടെ അവിടെയും ഇവിടെയും തട്ടി തമാശ ഉണ്ടാക്കുന്നു. ആനപുറത്ത് കയറിയിരുന്ന് തങ്ങൾ ആനകളേക്കാൾ ഉയരമുള്ളവരാണെന്ന് വരുത്തിതീർത്ത് ഈ കോമാളികൾ പല്ലിളിക്കുന്നു. അവർ പാവങ്ങളാണ്. ജീവിക്കുവാൻ വേണ്ടി വേഷം കെട്ടുവാൻ നിർബന്ധിതരായവർ. സർക്കസ് കഴിയുമ്പോൾ അവർ അവരുടെ വേഷവും സ്വഭാവവും കൈവെടിയുന്നു. എന്നാൽ ഈ സർക്കസ് കോമാളികളെ ജീവിതത്തിൽ അനുകരിക്കുന്ന കുറച്ച് നീചകീചകന്മാരെ പാവറട്ടി സ്കൂളിലും പരിസരത്തും ഞാൻ കണ്ടു. എന്നെ കുറിച്ച് പൊടിപ്പും തൊങ്ങലും വെച്ച് ഇല്ലാകഥകൾ പറഞ്ഞ് അവർ ശക്തരായ എന്റെ ശത്രുപക്ഷക്കാരുടെ ഇഷ്ടക്കാരാകാൻ ശ്രമിച്ചു. അവരിൽ പ്രധാനികളായിരുന്നു എന്റെ തന്നെ സഹപ്രവർത്തകനായ ഒരു അദ്ധ്യാപകനും അദ്ദേഹത്തിന്റെ ഭാര്യയായ ഒരു ടീച്ചറും. ഇവരുടെ മകന് സംസ്ഥാന സ്കൂൾ കലോത്സവത്തിലെ പദ്യപാരായണ മത്സരത്തിൽ സമ്മാനം നേടിയെടുക്കാനുള്ള എല്ലാ പരിശീലനവും നൽകി ഞാൻ സഹായിച്ചതാണ്. എന്നെ കുറിച്ച് അവാസ്തവമായ കാര്യങ്ങൾ അധികാരികളുടെ പക്കൽ റിപ്പോർട്ട് ചെയ്ത വൃത്തികെട്ട ആ ടീച്ചറമ്മയുടെ വിശുദ്ധയായ ഹെഡ്മിസ്ട്രസ് കന്യാസ്ത്രി എന്നെ ഫോണിൽ വിളിച്ചുപറഞ്ഞു: "നനഞ്ഞ

മനുഷ്യനാണ് ആ മാഷ്, ചക്കിയ്ക്കൊത്ത ചങ്കരൻ. അച്ചനെ കുറിച്ച് ആ ടീച്ചർ നടത്തിയ അവാസ്തവ റിപ്പോർട്ടിന് ഞാൻ അച്ചനോട് മാപ്പ് ചോദിക്കുന്നു. അധികാരികളിൽ നിന്ന് എന്തെങ്കിലും പൊട്ടി വീണ് കിട്ടും എന്ന് കരുതിയായിരിക്കും ഈ വൃത്തികേട് ചെയ്തത്. അവളെ വിളിച്ച് ഞാൻ ചോദ്യം ചെയ്തു. അവൾ അച്ചനെതിരായി ആരോടും ഒന്നും പറഞ്ഞുകൊടുത്തിട്ടില്ല എന്ന് പറഞ്ഞ് കരഞ്ഞു. കള്ളക്കരച്ചിൽ. കള്ളികൾക്ക് കരച്ചിൽ ഒരു അടവാണ്."

ഞാൻ നേരത്തെ സൂചിപ്പിച്ച സാഡിസ്റ്റ് സംശയരോഗിയായ എടാണ്ടുകാരനെന്ന എടപാടുകാരൻ ഞാൻ ഇരുന്നിരുന്ന ഒരു സദസ്സിൽ ദ്വയാർത്ഥ പ്രയോഗങ്ങളിലൂടെ, പരോക്ഷമായി ഞങ്ങൾക്ക് മുകളിൽ വളരുവാൻ ശ്രമിച്ചാൽ ഇതായിരിക്കും അനുഭവം എന്ന് പറഞ്ഞ് എന്റെ നേരെ ചോളികണ്ണിട്ട് നോക്കി എന്നെ പുച്ഛിച്ചു. പൂഴിമണലിൽ അധികാരസദനം സ്ഥാപിക്കുന്ന ഈ എടപാടുകാരനെ പോലെയുള്ള പുഴുകുത്തുകൾ സന്യാസ ജീവിതത്തിൽ പലപ്പോഴും സൃഷ്ടിച്ചെടുക്കുന്ന മൂഢസ്വർഗ്ഗ സിദ്ധാന്തങ്ങളാണ് പലപ്പോഴും ആദ്ധ്യാത്മിക പെരുമാറ്റ ചട്ടങ്ങളായി പരിണമിക്കുന്നത്. എന്റേതുപോലെ എത്രപേരുടെ ജീവിതങ്ങൾ ഇവർമൂലം കശക്കിയെറിയപ്പെട്ടിരിക്കുന്നു!

പാവറട്ടി സ്കൂൾ ആനിവേഴ്സറി നാട്ടുകാർക്ക് ഉത്സവം ആയിരുന്നു. എന്നാൽ, കാണികൾ ശല്യം ചെയ്യുന്നു എന്ന് പറഞ്ഞ് സ്കൂൾ ആനിവേഴ്സറിയെ ഒരു പകൽചടങ്ങ് മാത്രമാക്കി മാറ്റിയിരുന്നു. കാണികൾ അച്ചടക്കത്തിൽ ഇരിക്കണമെങ്കിൽ അവർക്ക് രസകരമായ കലാപരിപാടികൾ വേണം. പാവറട്ടി സ്കൂൾ ആനിവേഴ്സറിയെ വീണ്ടും സായാഹ്ന ഉത്സവമാക്കി മാറ്റിയത് സ്കൂളിലെ കുറെ നല്ല അദ്ധ്യാപകരുടെയും എന്റെയും പ്രത്യേക താല്പര്യത്തിലാണ്. സ്കൂൾ വർഷാരംഭത്തിലുള്ള രക്ഷാകർത്തൃയോഗത്തിൽ ശക്തമായ ജനപങ്കാളിത്തം വന്നുചേർന്നു. വെറും നാല്പത്തിയൊന്ന് ശതമാനത്തിൽ മാത്രം നിന്നിരുന്ന സ്കൂൾ S.S.L.C. റിസൽട്ട് എഴുപത്തിയൊന്ന് ശതമാനമായി ഉയർന്നു. വിദ്യാർത്ഥികളുടെ കുറവ് കൊണ്ട് ഡിവിഷൻ കുറയുമെന്ന ആശങ്കയിൽ ജോലി നഷ്ടവും, സ്ഥലമാറ്റവും ഭയപ്പെട്ട് കഴിഞ്ഞിരുന്ന അദ്ധ്യാപകർക്ക് അതൊന്നും ബാധിക്കാത്ത അവസ്ഥാവിശേഷം കൈവന്നു. സംസ്ഥാന കായികോത്സവത്തിലും, യുവജനോത്സവത്തിലും

പാവറട്ടി സ്കൂൾ വിദ്യാർത്ഥികൾ നേട്ടങ്ങൾ കൈവരിച്ചു. ഇതിന്റെ യൊക്കെ പുറകിൽ എന്റെ ശക്തമായ ക്രിയാത്മക സാന്നിധ്യവും, പ്രോത്സാഹനവും, നേതൃത്വവും, ഇടപെടലും ഉണ്ടായിരുന്നു. എന്നാൽ, സ്ഥലം മാറി പോയികഴിഞ്ഞിരുന്നു എങ്കിലും വീണ്ടും വന്ന് അനാവശ്യമായ ഇടപെടലുകൾ നടത്തിയിരുന്ന ശവിവിളിയ നും, ശകുനിയും, വെള്ളച്ചാമിയും അവരുടെ ശിങ്കിടികളായ അദ്ധ്യാപക ആഭാസന്മാരും നേട്ടമായി കരുതിയത് എന്റെ സ്ഥലമാറ്റം ആയിരുന്നു. സ്കൂൾ രക്ഷാകർത്തൃയോഗം അലങ്കോലപ്പെടുത്തുവാൻ ശവിവിളിയൻ ഒരു ഡൂപ്ലി രാഷ്ട്രീയക്കാരനെ തന്ത്രത്തിൽ തന്ത്രത്തോടെ ഇറക്കി. കശക്കി എറിയാൻ കാർക്കശ്യം കാണിച്ച കശ്മലന്മാർക്ക് മറ്റുള്ളവരിലെ നേരും, നെറിവും, നന്മയും വിഷയങ്ങൾ അല്ലല്ലൊ.

മരാസുരന്മാരും, മനുഷ്യത്യഹീനരും,അദ്ധ്യാപക ശിഖണ്ഡികളും ഒരുമിച്ച് എന്റെ സ്ഥലമാറ്റത്തിലൂടെ പിച്ചിചീന്തിയത് എന്റെ ജീവിതവും എന്റെ അന്തസ്സും, എന്റെ ഭാവിയുമാണ്. നാട്ടിലും, സ്കൂളിലും, സമൂഹത്തിലും എന്നെ ഇവർ പരിഹാസപാത്രമാക്കി. ഞാൻ പാവറട്ടിയിൽ നിന്ന് സ്ഥലം മാറി പുതിയ സ്ഥലത്ത് എത്തിച്ചേർന്നപ്പോൾ, മേലധികാരികൾ എന്റെ അനുസരണവ്രതത്തെ ശ്ലാഘിച്ചു കൊണ്ട് ധൃതരാഷ്ട്രാലിംഗനം നടത്തി.

എന്റെ സങ്കടങ്ങൾ കണ്ട് സഹൃദയരായ വളരെപേർ എനിക്ക് അതിജീവനത്തിന്റെ ആശ്വാസവചനങ്ങളുടെ ഔഷധകൂട്ട് നല്കി. ഞാൻ വളരെ സ്നേഹിച്ച, വളരെ കഷ്ടപ്പെട്ട് സേവനം നൽകിയ പാവറട്ടി പാഴ്കിനാവായി എന്നിൽ നിന്ന് അകന്നുപോയി. സക്രാരിയുടെ മുമ്പിൽ മുട്ടുകുത്തി ഞാൻ പരാതി ബോധിപ്പിച്ചു: “നീയും എന്നെ ഉപേക്ഷിച്ചുവല്ലേ? നിനക്കുണ്ടായ അപമാനങ്ങളും മാനഹാനിയും മറ്റുള്ളവർക്കും ഉണ്ടായി കാണുന്നതിൽ നീ സന്തോഷിക്കുന്നുവല്ലെ? നിന്റെ കരുണയും പരിപാലനയും എനിക്കും അവകാശപ്പെട്ടതാണ് എന്ന് നീ വിസ്മരിക്കരുത്.” കർത്താവ് എന്നെ കൂട്ടിപിടിച്ചു. കുരിശിൽ കിടന്നുകൊണ്ട് ഫ്രാൻസീസ് അസീസ്സിയെ കൈകൊണ്ട് കൂട്ടിപിടിച്ചത് പോലെ എന്നെയും കൂട്ടിപിടിച്ച അനുഭവം എനിക്കുണ്ടായി. ഞാൻ പറഞ്ഞു: “നീ എന്നെ മാത്രം കൂട്ടിപിടിയ്ക്കല്ലെ...എന്റെ ഇപ്പോഴത്തെ അവസ്ഥയിൽ ഉൾപെട്ടിട്ടുള്ള എല്ലാവരെയും കൂട്ടിപിടിക്ക്.” അവിടന്ന് ചിരിച്ചു. രക്തവും, തുപ്പലും,

വിയർപ്പും, കണ്ണീരും കൂടികലർന്ന് ഒഴുകുന്ന തിരുമുഖത്തെ ചുണ്ടുകളിലെ ചിരിയിൽ ഞാൻ എന്നെതന്നെ സമർപ്പിച്ചു. ഒരു ദിവ്യശാന്തി എന്നിൽ നിറയുന്നത് പോലെ എനിക്ക് അനുഭവപ്പെട്ടു. എന്നിൽ നിന്ന് ചോർന്നുപോയി എന്ന് കരുതിയ ആത്മധൈര്യം എന്നിൽ വന്ന് നിറഞ്ഞു. സ്ഥലമാറ്റത്തെ ആത്മാഭിമാനത്തോടെ, അതിജീവന ഊർജ്ജത്തോടെ ഉൾക്കൊള്ളുവാൻ ഞാൻ എന്നെ തന്നെ സജ്ജമാക്കി.

വെട്ടിമാറ്റപ്പെട്ട ഏഴിലംപാലയും, അകറ്റിനിറുത്തപ്പെട്ട പാവറട്ടിയും...അതിനിടയിൽ അരങ്ങേറിയ അന്തർനാടകങ്ങളും. ആന്റണി അച്ചന്റെ മുറിയിൽ നിന്ന് ദിവ്യഗാനം പുറത്തേക്ക് ഒഴുകികൊണ്ടിരിക്കുന്നു: 'ശത്രുക്കൾ നിരന്നാലും, മിത്രങ്ങൾ അകന്നാലും... അങ്ങെൻ മുൻപെ പോയാൽ ഭയമെവിടെ?'

⌘ ⌘ ⌘ ⌘ ⌘

അദ്ധ്യായം - 7

ഗലീലിയിലെ രാജമല്ലികൾ

മഹാത്മാവായ വിശുദ്ധ ചാവറയച്ചന്റെ വലിയ ഭക്തനാണ് ഞാൻ. എന്റെ കുട്ടിക്കാലം തുടങ്ങി എനിക്ക് സംസാരിക്കുമ്പോൾ വിക്കൽ വൈകല്യം ഉണ്ടായിരുന്നു. എന്റെ അപ്പനും, അപ്പൂപ്പനും ഈ വൈകല്യം ഉണ്ടായിരുന്നു. വൈദികനാകുവാൻ പരിശീലനത്തിന് ചേരുമ്പോൾ ഈ വൈകല്യത്തെ കുറിച്ച് ഞാൻ ഒട്ടുംതന്നെ ഉൽക ണ്ഠ ഉള്ളവൻ ആയിരുന്നില്ല. പക്ഷെ, പരിശീലനം കഴിഞ്ഞ് വൈദികനാകുവാനുള്ള സമയം അടുത്ത് വന്നപ്പോൾ എന്റെ ഈ സംസാരവൈകല്യം എന്നിൽ ആശങ്കകൾ ഉയർത്തി. വിക്കൽ ഉള്ളത് കൊണ്ട് എങ്ങനെ ദിവ്യബലി അർപ്പിക്കും, എങ്ങനെ പ്രസംഗം പറയും എന്നുള്ള ചിന്തകൾ എന്നെ അസ്വസ്ഥനാക്കു വാൻ തുടങ്ങി. അത്ര അധികം ഇല്ലെങ്കിലും മനസ്സിൽ എന്റെ സംസാരവൈകല്യം എനിക്കൊരു വിഷമ വിഷയം ആകുവാൻ തുടങ്ങി. ചാവറയച്ചനോട് സ്കൂൾ കാലം തുടങ്ങി എന്റെ മനസ്സിൽ ഉണ്ടായിരുന്ന ഭക്തിയെ ഞാൻ ശക്തിപ്പെടുത്തി. ചാവറയച്ചന്റെ മാധ്യസ്ഥത്തിലൂടെ ഞാൻ വിക്കൽ മാറി കിട്ടുവാൻ പ്രാർത്ഥിച്ചു. അത്ഭുതകരമായ വ്യതിയാനം എന്റെ സംസാരശൈലിയിൽ ഉണ്ടാ യി. എന്റെ സംസാരത്തിലുള്ള വിക്കൽ മാറികിട്ടി.

തത്തുല്യമായ മറ്റൊരു അനുഭവം എന്റെ ഹൈസ്കൂൾ ജീവിത കാലത്തും ഉണ്ടായിട്ടുണ്ട്. ഞാൻ എട്ടാം ക്ലാസ്സിൽ ആയിരുന്ന അവ സാന മാസങ്ങളിൽ എന്റെ ഇടതുകയ്യിന്റെ മുട്ടിൽ ഒരു പ്രത്യേക വേദന ആരംഭിച്ചു. പുലർച്ച തുടങ്ങി ആരംഭിക്കുന്ന കൈമുട്ട് വേദ ന സൂര്യൻ ഉദിച്ച് വെയിൽ ആയികഴിഞ്ഞാൽ മാറുന്ന രീതിയിൽ ആയിരുന്നു എന്റെ അസുഖം. വളരെ ചികിത്സകൾ ചെയ്തിട്ടും മാറാതെ വന്നപ്പോൾ എന്നെ ചികിത്സിച്ചിരുന്ന എല്ലുരോഗ വിദഗ്ധൻ

ഓപ്പറേഷൻ നടത്തി മജ്ജ പരിശോധനക്ക് അയച്ചു. അതിന്റെ റിസൽട്ട് പ്രകാരം എനിക്ക് കൈമുട്ടിന്റെ എല്ലിൽ ക്ഷയരോഗം ആണെന്ന് ഡോക്ടർ പറഞ്ഞു. തുടർന്ന് ക്ഷയരോഗ ചികിത്സ നടത്തി; കൈ പ്ലാസ്റ്റർ ഇട്ടു. പക്ഷെ, രോഗം മാറിയില്ല എന്ന് മാത്രമല്ല കൈ ശോഷിച്ച് വരുകയും, കയ്യിന് ചെറിയ ഒരു വളവ് ഉണ്ടാകുകയും ചെയ്തു. ഭേദമാകാത്ത എന്റെ കൈമുട്ടിലെ രോഗത്തിന് അവസാനം ഡോക്ടർ നിർദ്ദേശിച്ചത് എന്റെ ഇടതുകൈ മുട്ടിൽ വെച്ച് മുറിച്ച് കളയണം എന്നാണ്. എന്റെ അപ്പനും, അമ്മയ്ക്കും ഉണ്ടായ ആകുലതകൾക്ക് അതിരില്ല.

ഈ അവസരത്തിൽ എന്റെ അപ്പന്റെ മനസ്സിൽ എന്റെ രോഗസൗഖ്യത്തിനായി ചാവറയച്ചന്റെ മാധ്യസ്ഥം വഴി പ്രാർത്ഥിക്കുവാൻ ആത്മീയചിന്ത ഉണ്ടായി. ചാവറയച്ചനോടുള്ള ഭക്തി കൂടുതൽ പ്രചാരത്തിലായികൊണ്ടിരിക്കുന്ന അവസരമായിരുന്നു അപ്പോൾ. എന്റെ അപ്പൻ ചാവറയച്ചനെ കുറിച്ച് അടുത്ത് അറിഞ്ഞത് അപ്പന്റെ സുഹൃത്തായിരുന്ന ഒരു കുട്ടനാട്ടുകാരൻ കുര്യാക്കോസ് മാഷിൽ നിന്നാണ്. ചാവറയച്ചൻ ജനിച്ചത് കുട്ടനാട്ടിലെ കൈനകരിയിൽ ആണല്ലോ. ഞങ്ങളുടെ നാട്ടിലെ ഗവണ്മെന്റ് എൽ. പി. സ്കൂളിൽ അദ്ധ്യാപക നിയമനം ലഭിച്ച് എത്തിയ കുര്യാക്കോസ് മാഷ് താമസിച്ചത് ഞങ്ങളുടെ തറവാട്ടിൽ ആയിരുന്നു. അപ്പനും അദ്ദേഹവും കാലക്രമത്തിൽ വലിയ സുഹൃത്തുക്കളായി. കുര്യാക്കോസ് മാഷ് എന്റെ അപ്പന് ചാവറ കുര്യാക്കോസ് അച്ചന്റെ ഒരു പടം നൽകുകയും, ചാവറയച്ചനെ കുറിച്ച് വളരെ നല്ല അറിവുകൾ പറഞ്ഞുകൊടുക്കുകയും ചെയ്തു. അപ്പൻ വിവാഹം കഴിഞ്ഞ് തറവാട്ടിൽ നിന്ന് മാറി സ്വന്തമായി വീട് വെച്ചപ്പോൾ കാത്തുസൂക്ഷിച്ചു വെച്ചിരുന്ന ചാവറയച്ചന്റെ ഈ പടം വീടിന്റെ അകത്തുള്ള പ്രാർത്ഥനാസ്ഥലത്ത് സ്ഥാപിച്ചു. എന്നെ വളരെയധികം ചികിത്സിച്ചിട്ടും മാറാരോഗമായി തീർന്ന് കൈ മുറിച്ചു കളയത്തക്ക വിധത്തിൽ എത്തികഴിഞ്ഞിരുന്ന എന്റെ അസുഖ അവസ്ഥയിൽ അപ്പന് ചാവറയച്ചന്റെ മാധ്യസ്ഥശക്തിയിൽ പരിപൂർണ്ണ വിശ്വാസം അർപ്പിച്ചുകൊണ്ട് എന്റെ രോഗസൗഖ്യത്തിനായി നേർച്ച നേർന്ന് പ്രാർത്ഥിച്ചു. അത്ഭുതം നടന്നു. അലോപതിയിൽ നിന്ന് ആയുർവേദത്തിലേക്ക് എന്റെ ചികിത്സ മാറ്റാൻ അപ്പന് ഉൾപ്രേരണ ഉണ്ടായി. ചാലക്കുടിക്കടുത്തുള്ള പേരാമ്പ്ര ഗവണ്മെന്റ് ആയുർവ്വേദ ആശുപത്രിയിലെ

ശങ്കരനാരായണൻ ഡോക്ടറുടെ ചികിത്സയിൽ എന്റെ രോഗം സുഖപ്പെട്ടു. അദ്ദേഹത്തിന്റെ പരിശോധനയിൽ എനിക്കുണ്ടായിരുന്നത് കുട്ടികൾക്ക് അപൂർവ്വമായി ഉണ്ടാകുന്ന ആമവാതം ആയിരുന്നു എന്നാണ് പറഞ്ഞത്. എന്റെ സംസാരവൈകല്യവും, കൈമുട്ട് രോഗവും ചാവറയച്ചന്റെ അത്ഭുതകരമായ മാധ്യസ്ഥ ശക്തിയാൽ മാറികിട്ടിയത് കൊണ്ടാണ് ഞാൻ ചാവറയച്ചന്റെ വലിയ ഭക്തനായി തീർന്നത്.

ഞാൻ തൃശൂരിനടുത്തുള്ള ചിയാരം ഗലീലി ആശ്രമത്തിൽ താമസിച്ചുകൊണ്ട് എൽതുരുത്ത് സ്കൂളിൽ പഠിപ്പിക്കുന്ന കാലഘട്ടം. ഗലീലി ആശ്രമ ദേവാലയത്തിലെ അമ്മമാരുടെ ഭക്തസംഘടന മാന്നാനത്ത് ചാവറയച്ചന്റെ കബറിടത്തിലേക്കും, ഭരണങ്ങാനത്തെ അൽഫോൻസമ്മയുടെ കബറിടത്തിലേക്കും തീർത്ഥയാത്ര സംഘടിപ്പിച്ചു. അവരുടെ ക്ഷണപ്രകാരം ഞാനും തീർത്ഥയാത്രയിൽ പങ്കെടുക്കുവാൻ തീരുമാനിച്ചു. ചാവറയച്ചന്റെ കബറിടത്തിലേക്ക് പോകുക എന്നുള്ളത് എനിക്ക് വലിയ സന്തോഷം ആയിരുന്നു.

വിശുദ്ധരുമായി ബന്ധപ്പെട്ട പുണ്യസ്ഥലങ്ങളിലേക്ക് പ്രാർത്ഥിക്കുവാൻ പോകുന്നത് എന്തിന്? വിശുദ്ധരോട് പ്രാർത്ഥിക്കുന്നത് ബൈബിൾ വിരുദ്ധമല്ലേ? തിരുസ്വരൂപങ്ങൾ ദേവാലയങ്ങളിൽ സ്ഥാപിക്കുന്നത് വിശുദ്ധഗ്രന്ഥ ആദ്ധ്യാത്മികതയുടെ ലംഘനമല്ലേ? എന്നൊക്കെ ചില അകത്തോലിക്ക സഹോദരി സഹോദരന്മാരുടെ വിമർശനങ്ങളെ പലപ്പോഴും ഞാൻ അഭിമുഖീകരിച്ചിട്ടുണ്ട്. ജപമാല ചൊല്ലുമ്പോൾ ദൈവത്തേക്കാൾ പ്രാധാന്യം യേശുവിന്റെ അമ്മയ്ക്കാണല്ലോ നൽകുന്നത് എന്ന് ഒരു ട്രെയിൻ യാത്രയിൽ എന്നെ ഒരു അകത്തോലിക്ക സഹോദരി ചോദ്യം ചെയ്യുക ഉണ്ടായിട്ടുണ്ട്.

വിശുദ്ധ ഗ്രന്ഥത്തിന്റെ ചില ഭാഗങ്ങളിൽ നിന്നെടുത്ത പ്രത്യേക വചനങ്ങൾ മാത്രം ഉപയോഗിച്ചുകൊണ്ടുള്ള ഇത്തരം വിമർശനങ്ങളിൽ കഴമ്പില്ല. വീരോചിതമായ വിശുദ്ധി കൊണ്ട് ദൈവതിരുമുമ്പിൽ പ്രത്യേകമായ സ്വാധീനസ്ഥാനം നേടിയവരാണ് വിശുദ്ധർ. ഇവരിൽ ഏറ്റവും പ്രാധാന്യം ഉള്ളത് യേശുവിന്റെ അമ്മയായ കന്യാമറിയത്തിനാണ്. ദൈവത്തിന്റെ കൃപ ആർജ്ജിക്കുവാൻ സുകൃത ഔന്നിത്യത്തിൽ വിരാജിച്ചിട്ടുള്ള വിശുദ്ധരുടെ സഹായം തേടുന്നതിൽ തെറ്റില്ല എന്ന് മനസ്സിലാക്കാത്തവരും വിശ്വസി

ക്കാത്തവരും വിശുദ്ധരോടുള്ള വണക്കത്തെ കുറിച്ച് വിമർശിക്കുന്നത് അവരുടെ അറിവില്ലായ്മ കൊണ്ടാണ്.

ബൈബിളിലെ പഴയനിയമ ഗ്രന്ഥസംഹിതയിലെ രണ്ടാം രാജാക്കന്മാരുടെ പുസ്തകത്തിൽ എലീഷ പ്രവാചകന്റെ പക്കൽ പുത്രമരണം കൊണ്ട് ദുഃഖിതയായ ഷൂനേംകാരി സ്ത്രീയുടെ പരാമർശം ഉണ്ട്. മരിച്ചുപോയ തന്റെ മകന് ജീവൻ ലഭിക്കുവാൻ ദൈവപുരുഷനായ എലീഷായുടെ പ്രാർത്ഥനയിലൂടെ സാധിക്കും എന്ന് വിശ്വസിച്ചുകൊണ്ട് എലീഷായുടെ പക്കലേക്ക് ഷൂനേംകാരി ഓടിവന്ന് സഹായം യാചിക്കുന്നു. എലീഷാ ദൈവത്തോട് പ്രാർത്ഥിച്ചുകൊണ്ട് ഷൂനേംകാരിയുടെ മകന് ജീവൻ തിരികെ നൽകുന്നു. ദൈവസന്നിധിയിൽ തന്റെ സവിശേഷമായ സുകൃതജീവിതം കൊണ്ട് പ്രത്യേക സ്വാധീനം എലീഷാ നേടിയെടുത്ത് കൊണ്ടാണല്ലൊ ഈ അത്ഭുതം നടക്കുവാൻ എലീഷാ മദ്ധ്യസ്ഥനായത്.

വിശുദ്ധ യോഹന്നാന്റെ സുവിശേഷത്തിൽ യേശുവിനെ കാണുവാൻ ആഗ്രഹിച്ച ഗ്രീക്കുകാർ യേശു ശിഷ്യന്മാരായ പീലിപ്പോസിന്റെയും, അന്ത്രയോസിന്റെയും സഹായം തേടുന്ന വിവരണം ഉണ്ട്. അന്ത്രയോസും, പീലിപ്പോസും കൂടിയാണ് ഗ്രീക്കുകാരെ യേശുവിന്റെ അടുക്കലേത്ത് ആനയിക്കുന്നത്. വിശുദ്ധന്മാർ തങ്ങളുടെ മാദ്ധ്യസ്ഥ ശക്തിയിലൂടെ ചെയ്യുന്നത് ഇത് തന്നെയാണ്. അവരിലൂടെ നാം ദൈവകൃപയുടെ സന്നിധിയിലേക്ക് ആനയിക്കപ്പെടുന്നു. വിശുദ്ധന്മാരുടെ സഹായം തേടുമ്പോൾ ദൈവത്തിന്റെ ശക്തിയെ തന്നെയാണ് തേടുന്നത്. അല്ലാതെ, ദൈവീക ശക്തിയെ അവിടെ കുറച്ചുകാണലൊ, അവഗണിക്കലോ നടത്തി ദൈവനിന്ദ നടത്തുന്നില്ല; വിശുദ്ധർക്ക് ദൈവത്തേക്കാൾ പ്രാധാന്യം കൊടുക്കലും ഇല്ല.

നമുക്ക് പ്രിയപ്പെട്ടവരുടെ ചിത്രങ്ങളും ഫോട്ടോകളും മറ്റും നാം വളരെ കാര്യമായി കാത്തുസൂക്ഷിക്കാറുണ്ട്; പ്രത്യേകിച്ച് മരണം വഴി നമ്മിൽ നിന്ന് വേർപിരിഞ്ഞ് പോയവരുടെ. നമ്മുടെ മനസ്സിൽ അവരെ കുറിച്ചുള്ള നല്ല ഓർമ്മകൾ ഈ ചിത്രങ്ങളിലൂടെയും മറ്റും പുനർജ്ജനിക്കുന്നു. അവരുടെ കൂടെ നാം ഉണ്ടെന്നും, അവർ നമുക്കൊപ്പം ഉണ്ടെന്നും ഉള്ള ശക്തമായ അവബോധ തലത്തിലേക്ക് നാം നീങ്ങുന്നു. ജീവിതത്തിൽ അത് ഒരു സന്തോഷമാണ്; ആശ്വാസമാണ്. ലോകം കണ്ടിട്ടുള്ള മഹാന്മാരുടെ പ്രതിമകൾ പ്രധാന

സ്ഥലങ്ങളിൽ സ്ഥാപിക്കുന്നത് സർവ്വ സാധാരണമാണ്. ആ മഹാന്മാരുടെ അനുകരണീയമായ ജീവിതങ്ങളെ അനുസ്മരിച്ചുകൊണ്ടുള്ള ആദരവ് നൽകുന്ന ഒരു കടപ്പാട് പ്രക്രിയയാണ് ഇവിടെ അന്തർലീനമായിരിക്കുന്നത്. ദേവാലയങ്ങളിൽ സ്ഥാപിച്ചിട്ടുള്ള തിരുസ്വരൂപങ്ങളും, ചിത്രങ്ങളും നമുക്ക് ഇത്തരത്തിലുള്ള അനുഭവങ്ങളാണ് പ്രദാനം ചെയ്യുന്നത്; അല്ലാതെ വിഗ്രഹാരാധനയുടെ മാനങ്ങളല്ല. ഇതിനെയൊക്കെ വിഗ്രഹാരാധന എന്ന് പറഞ്ഞ് പുച്ഛിക്കുന്നതും, പരിഹസിക്കുന്നതും സങ്കുചിത മനോഭാവങ്ങളുടെയും, ആഴമില്ലാത്ത ആദ്ധ്യാത്മികതയുടെയും തെളിവുകളാണ്.

ബൈബിളിലെ പുറപ്പാട് പുസ്തകത്തിൽ വളരെ പ്രാധാന്യമുള്ളതാണ് 'സാക്ഷ്യപേടകം' അഥവാ 'സാക്ഷ്യകൂടാരം' എന്നതിനെ കുറിച്ചുള്ള പരാമർശം. ഈ വിശുദ്ധ കൂടാരം സജ്ജമാക്കുമ്പോൾ ശുദ്ധി ചെയ്ത സ്വർണ്ണം കൊണ്ടുള്ള ഒരു കൃപാസനം ഉണ്ടാകണമെന്നും, കൃപാസനത്തിന്റെ രണ്ടറ്റത്തുമായി അടിച്ചുപരത്തിയ സ്വർണ്ണം കൊണ്ട് രണ്ട് കെരൂബ് മാലാഖകളെ നിർമ്മിച്ച് സ്ഥാപിക്കണമെന്നും ദൈവം കല്പന നൽകുന്നു. പുറപ്പാട് പുസ്തകത്തിലെ നായകനായ മൂശയ്ക്ക് യഹോവയായ ദൈവം നൽകുന്ന ഉടമ്പടി പത്രികയുടെ പാവനത്വം ഇസ്രായേൽ ഭക്തർക്ക് മനസ്സിലാക്കിപ്പിക്കുവാനാണ് കെരൂബുകളുടെ സാന്നിദ്ധ്യം. ഈ വിശുദ്ധ വചനഭാഗം ദേവാലയത്തിൽ തിരുസ്വരൂപങ്ങൾ സ്ഥാപിക്കുന്നത് വിഗ്രഹാരാധ ആണെന്ന് പറഞ്ഞ് പുച്ഛിക്കുന്നവർ വായിച്ചിട്ടില്ലേ?

ജപമാല ജപിക്കുമ്പോൾ ദൈവത്തേക്കാൾ പ്രാധാന്യം യേശുവിന്റെ അമ്മയായ മറിയത്തിന് നൽകുന്നു എന്ന് പറയുന്നതിലും സങ്കുചിതമായ ആദ്ധ്യാത്മികത തന്നെയാണ് മറനീക്കി പുറത്ത് വരുന്നത്. യേശുവിന്റെ അമ്മയായ മറിയത്തെ കത്തോലിക്കർ ആരാധിക്കുന്നില്ല. യേശു അനുകരണത്തിൽ ഉത്തമ മാതൃകയായ മറിയത്തെ ആദരിക്കുക മാത്രമാണ് കത്തോലിക്ക വിശ്വാസത്തിൽ ഉള്ളത്. അമ്മയുടെ മാദ്ധ്യസ്ഥം തേടി പ്രാർത്ഥിക്കുമ്പോൾ ഏകദൈവത്തെ തന്നെയാണ് ആരാധിക്കുന്നത്. ദൈവകൃപ നേടുവാൻ മറിയത്തിന്റെ സഹായം തേടുമ്പോൾ, മറിയം ദൈവസൃഷ്ടി ആണെന്നും, ദൈവത്തേക്കാൾ പ്രാധാന്യം മറിയത്തിന് നൽകുന്നില്ല എന്നുമുള്ള ബോധ്യത്തോടെ തന്നെയാണ് കത്തോലിക്കർ വിശ്വാസ ജീവിതം നയിക്കുന്നത്.

ജപമാലയിൽ മറിയത്തോട് ആവർത്തിച്ച് പ്രാർത്ഥിക്കുമ്പോൾ ദൈവത്തിൽ തന്നെയാണ് ശ്രദ്ധ കേന്ദ്രീകരിക്കുന്നത്. മറിയത്തെ പോലെ നന്മ നിറഞ്ഞവരായി തീർന്ന് മനസ്സിനെ ദൈവത്തിൽ മാത്രം ഏകാഗ്രമാക്കി വെച്ചുകൊണ്ട് ദൈവകൃപ നേടുവാനുള്ള ഒരു നിരന്തര സാധനാപ്രയാണ സഹായിയാണ് ജപമാല. ജപമാലയിൽ മറിയത്തോടൊപ്പം ദൈവത്തെ ആരാധിച്ച് വണങ്ങി, മറിയത്തോടൊപ്പം പ്രാർത്ഥിച്ചു കൊണ്ട് ദൈവാനുഗ്രഹങ്ങൾ നേടാൻ യത്നിക്കുകയാണ് ചെയ്യുന്നത്; അല്ലാതെ ദൈവത്തേക്കാൾ പ്രാധാന്യം മറിയത്തിന് നൽകുകയല്ല ചെയ്യുന്നത്.

പ്രാർത്ഥനയുമായി ബന്ധപ്പെട്ട യേശുവിന്റെ ഉപദേശങ്ങളിൽ "കർത്താവെ, കർത്താവെ എന്ന് എന്നോട് വിളിച്ചപേക്ഷിക്കുന്നവരല്ല, എന്റെ സ്വർഗ്ഗസ്ഥനായ പിതാവിന്റെ ഇഷ്ടം നിറവേറ്റുന്നവനാണ് സ്വർഗ്ഗരാജ്യത്തിൽ പ്രവേശിക്കുക" എന്നുള്ള തിരുവചനം വളരെ പ്രധാനപ്പെട്ടതാണ്. യേശുമാതാവായ മറിയം ദൈവത്തിന്റെ ഇഷ്ടം മാത്രം വിവേചിച്ചറിഞ്ഞ്, അത് പ്രകാരം ജീവിച്ചവളാണ്. നന്മ നിറഞ്ഞവളായ മറിയം ഈ ജീവിതസാധന വഴിയായി ഏറ്റവും ഭാഗ്യപ്പെട്ടവളും, എപ്പോഴും ദൈവത്തിന്റെ കൂടെ ആയിരുന്നവളുമായിരുന്നു. ജപമാലയിൽ മറിയത്തിന്റെ ഈ അനന്യമായ സുകൃത വിശേഷങ്ങളിൽ നമ്മുടെ മനസ്സിനെയും മറിയത്തെപ്പോലെ ആക്കിതീർക്കുന്ന ഒരു പ്രക്രിയയുടെ പ്രാധാന്യം ഉണ്ട്. ആ പ്രക്രിയയോടു കൂടി മറിയത്തോട് ചേർന്ന് കൊണ്ട് ദൈവകൃപയ്ക്കായി പ്രാർത്ഥിക്കുകയാണ് ജപമാല ഭക്തർ ചെയ്യുന്നത്; അല്ലാതെ ദൈവത്തേക്കാൾ പ്രാധാന്യവും, മഹത്വവും മറിയത്തിന് നൽകി ബൈബിൾ വിരുദ്ധ ഭക്തിയിലേക്ക് നീങ്ങുകയല്ല ജപമാല ഭക്തിയിൽ ഉണ്ടാകുന്നത്. കത്തോലിക്ക പുരോഹിതനായ ഞാൻ, കത്തോലിക്ക സഭയിലെ വിശുദ്ധരോടുള്ള വണക്കത്തേയും, ജപമാല ഭക്തിയേയും കുറിച്ച് അബദ്ധ സിദ്ധാന്തങ്ങൾ പറഞ്ഞു പരത്തുന്നവരോട് എന്റേതായ രീതിയിൽ വ്യാഖ്യാനം നൽകി എന്ന് മാത്രം.

ഗലീലിയിലെ അമ്മമാരുടെ തീർത്ഥയാത്രയിൽ ഞാൻ പങ്കെടുത്തതുമായി ബന്ധപ്പെട്ട വിശേഷങ്ങളിലേക്ക് വീണ്ടും ഞാൻ വരുന്നു. തീർത്ഥയാത്രയിൽ പങ്കെടുത്ത് ചാവറയച്ചനോടും, ഭരണങ്ങാനത്ത് അൽഫോൻസമ്മയോടും പ്രാർത്ഥിച്ച് മടങ്ങുന്ന നേര

ത്ത് ഗലീലിയിലെ എന്റെ സഹതാമസക്കാരനായ കൊച്ചച്ചന്റെ ഫോൺ എനിക്ക് വന്നു. തീർത്ഥാടന വാഹനത്തിൽ വെച്ച് എന്നോട് ഫോണിലൂടെ കൊച്ചച്ചൻ പ്രധാനമായി എന്നോട് പറഞ്ഞത് ഗലീലി എത്താറാകുമ്പോൾ അദ്ദേഹത്തെ അറിയിക്കണം എന്നാണ്. കാരണം അന്വേഷിച്ച എന്നോട് അദ്ദേഹം പറഞ്ഞു: "നമ്മുടെ മുൻവശത്തുള്ള നല്ല പ്ലാവിന്റെ കുറെ കൊമ്പുകൾ ജോലിക്കാരൻ വെട്ടി ഇറക്കി. ജോർജ്ജച്ചൻ പറഞ്ഞിട്ടാണ് ഇങ്ങനെ ചെയ്തത് എന്ന് അയാൾ പറഞ്ഞു. ഇവിടെ ആരും വിശ്വസിച്ചിട്ടല്ല. വരുമ്പോൾ അതു കണ്ട് അച്ചൻ വിഷമിക്കണ്ട. എന്റെ കൂടെ മുറിയിലേക്ക് വന്നാൽ മതി."

വളരെ നല്ല ഗായകനായിരുന്നു കൊച്ചച്ചൻ. മധുരമായ സ്വരം പോലെ തന്നെ സന്തോഷപ്രദമായിരുന്നു കൊച്ചച്ചന്റെ പെരുമാറ്റവും. സന്യാസഭവനങ്ങളുടെ ഉള്ളിൽ ഇത്തരം കൂടപ്പിറപ്പുകളുടെ സാന്നിധ്യം വളരെ ആശ്വാസകരമാണ്. സ്വാർത്ഥതാൽപര്യങ്ങളും, സങ്കുചിത മനോഭാവങ്ങൾക്കും അപ്പുറത്ത്, കൂടെ താമസിക്കുന്നവരെ സ്നേഹം കൊണ്ടും, കരുതൽ കൊണ്ടും കൂട്ടിപിടിച്ച് മറ്റുള്ളവരുടെ സൽപേരിനെ സംരക്ഷിക്കുവാൻ ശ്രദ്ധിക്കുന്ന ഇത്തരം സഹോദര സ്നേഹികളാണ് സന്യാസ ജീവിതത്തെ സ്വർഗ്ഗീയ അനുഭവം ആക്കുന്നവർ.

തീർത്ഥാടന യാത്ര കഴിഞ്ഞ് ഗലീലിയുടെ പടിയ്ക്കൽ ബസ്സിറങ്ങിയ എന്നെ ഒരു മാലാഖയെപ്പോലെ കൊച്ചച്ചൻ മുറിയിലേക്ക് കൂട്ടികൊണ്ടു പോയി. നേരം അത്താഴ സമയം ആയിരുന്നു. പ്ലാവ് വെട്ടിയ ജോലിക്കാരൻ ഞങ്ങൾ ഭക്ഷണം കഴിച്ചുകൊണ്ടിരിക്കുന്ന സമയത്ത് ഊട്ടുമുറിയിലേക്ക് കയറി വന്ന് എന്നെ വളരെ അസഭ്യം പറഞ്ഞു. ഞാൻ കാരണം ആശ്രമാധിപനും, മറ്റ് അച്ചന്മാരും അദ്ദേഹത്തെ പ്ലാവിന്റെ കൊമ്പുകൾ വെട്ടി ഇറക്കിയതിന് വഴക്ക് പറഞ്ഞു എന്നായിരുന്നു ആരോപണം. ഇത്ര കൊമ്പുകൾ വെട്ടി താഴെ ഇടുന്നത് മറ്റാരും കണ്ടില്ല, കേട്ടില്ല എന്നുള്ളത് മറ്റൊരു വിചിത്ര ഘടകം.

കുറെ നാളായി അദ്ദേഹം എന്നോട് സംഭാവനയായി പെങ്ങളുടെ വീട് പണിക്ക് നൽകുവാൻ പണം ചോദിച്ചിരുന്നു. അത്തരത്തിൽ പൈസ തരുവാനുള്ള സാമ്പത്തിക അവസ്ഥ എനിക്ക് ഇല്ല എന്നുള്ള കാര്യം അദ്ദേഹത്തോട് ഞാൻ പലവട്ടം പറഞ്ഞതാണ്. അപ്രകാരം പൈസ തരുന്നത് എന്റെ ഉത്തരവാദിത്വത്തിൽ പെട്ടതല്ലെന്നും,

അതിനായി ആശ്രമാധിപനായ വൈദികന്റെ അടുക്കൽ ചെന്ന് കാര്യങ്ങൾ ബോധിപ്പിക്കണമെന്നും അദ്ദേഹത്തെ ഞാൻ ഉപദേശിച്ചതുമാണ്. പക്ഷെ, അദ്ദേഹം തെറ്റിദ്ധരിച്ചത് ഞാൻ താൽപര്യം എടുക്കാത്തത് കൊണ്ടാണ് കാര്യം നടക്കാതിരിക്കുന്നത് എന്നാണ്. അതിനോടുള്ള പ്രതിഷേധം വൈരാഗ്യമായി മാറുകയും, എന്നെ പ്രശ്നത്തിലാക്കുവാൻ ശ്രമിക്കുകയും ചെയ്തു. ഏകദേശം ഇരുപത്തഞ്ചോളം വലുതും ചെറുതുമായ കഷ്ണങ്ങളാക്കപ്പെട്ട അവസ്ഥയിൽ ആയിരുന്നു അയാൾ വാശിക്കും, വിദ്വേഷത്തിനും വേണ്ടി വെട്ടി നീക്കിയ ആ നല്ല പ്ലാവിന്റെ കൊമ്പുകൾ. വളരെ സങ്കടം തോന്നി. ആ പ്ലാവമ്മയോട് ഞാൻ ക്ഷമായാചനം നടത്തി. തന്റെ കാതലിനേയും, കുഞ്ഞുങ്ങളേയും മനുഷ്യന്റെ നന്മയ്ക്കായി വേണ്ടിമാത്രം പരിപാലിക്കുന്ന പ്ലാവമ്മയിൽ വീണ്ടും സമൃദ്ധമായി ശിഖരങ്ങൾ ഉണ്ടാകും എന്ന് പറഞ്ഞ് ഞാൻ ആശ്വസിപ്പിച്ചു. ഒപ്പം, ഇതിനൊരു പരിഹാരം ഞാൻ ചെയ്തേക്കാമെന്ന് പ്ലാവമ്മയ്ക്ക് വാക്കു കൊടുക്കുകയും ചെയ്തു.

ഗലീലിയിൽ വന്ന് അധികനാൾ കഴിയുന്നതിന് മുന്ന് എനിക്ക് തോന്നിയതാണ് നാഷ്ണൽ ഹൈവേയോട് ചേർന്നുനിൽക്കുന്ന ഗലീലിയുടെ വഴിയോടു ചേർന്നുള്ള മതിലിന്റെ പിൻവശത്ത് യാത്രക്കാർക്ക് സന്തോഷകാഴ്ച നൽകുന്ന, എപ്പോഴും പൂക്കൾ ഉണ്ടാകുന്ന ഏതെങ്കിലും പൂമരങ്ങൾ വെച്ചു പിടിപ്പിക്കണം എന്ന്. ശിഖരങ്ങൾ നഷ്ടപ്പെട്ട പ്ലാവമ്മയുടെ പക്കൽ നിന്ന് തിരികെ പോരുമ്പോൾ നിറയെ പൂക്കളുമായി നിൽക്കുന്ന ഒരു രാജമല്ലി പ്രത്യേക രീതിയിൽ എന്റെ ശ്രദ്ധയിൽപ്പെട്ടു. പല തരത്തിലുള്ള രാജമല്ലികൾ ഉണ്ടെന്നുള്ളത് ഞാൻ മനസ്സിലാക്കിയിട്ടുണ്ട്. വിവിധ തരത്തിലുള്ള രാജമല്ലികളെ ഗലീലിയുടെ മുൻവശത്തുള്ള മതിലിന്റെ പുറകിൽ നട്ടുപിടിപ്പിച്ചാൽ നയനമനോഹരം ആകും എന്നുള്ള അന്നത്തെ ഒരു സൽപ്രേരണയുടെ സാക്ഷാത്കാരമാണ് ഇന്ന് ഗലീലി വഴിവക്കിൽ കാണുന്ന വിവിധ വർണ്ണങ്ങളുമായി യാത്രക്കാരെ സന്തോഷിപ്പിക്കുന്ന ഏകദേശം മുപ്പതോളം ഉള്ള രാജമല്ലികൾ. അവയ്ക്ക് മരാസുരന്മാരുടെ മാരകായുധങ്ങളിലൂടെ മരണം ഒരിക്കലും സംഭവിക്കാതിരിക്കട്ടെ. പ്ലാവമ്മ വീണ്ടും പൊടിച്ച് പുഷ്പിച്ചു. മരാസുര സ്വഭാവം കൊണ്ട് പ്ലാവമ്മയ്ക്കുണ്ടായ വേദനയ്ക്ക് എന്റെ പരിഹാരം രാജമല്ലികളിലൂടെ ഞാൻ നിറവേറ്റി. ഗലീലിയിലെ രാജമല്ലികളെ പലരും പ്രശംസിക്കുന്നത് ഞാൻ കേട്ടിട്ടുണ്ട്.

അദ്ധ്യായം – 8

വിൻസെൻസിയോസിന്റെ വെകിടത്തരങ്ങൾ

'വെകിടത്തരങ്ങൾ' എന്നൊരു പദം മലയാളത്തിൽ ഉണ്ടോ? ശബ്ദതാരാവലിയിലും, മറ്റ് മലയാള ശബ്ദകോശങ്ങളിലൊന്നിലും ഈ പദം ഇല്ല. പക്ഷെ, നാടൻ മലയാള ഭാഷയിൽ ഈ പദം ഉപയോഗിക്കപ്പെടുന്നുണ്ട്. വങ്കത്തരങ്ങൾ, അല്പത്വം, കഴുത പ്രതികാരബുദ്ധി, വിവരക്കേടുകൾ, തോന്ന്യാസങ്ങൾ എന്നീ അർത്ഥങ്ങളിലാണ് ഈ പദം പ്രയോഗിക്കപ്പെടുന്നത്. അച്ചടക്കമോ, നിഷ്ഠയോ, മാനംമര്യാദകളോ, പരബഹുമാനമോ ഒട്ടും തന്നെ ഇല്ലാത്ത കെട്ട സ്വഭാവത്തിന്റെയും, നീച പെരുമാറ്റ ശൈലികളുടെയും ഉടമയായ വിൻസെൻസിയോസിന്റെ സ്വഭാവ പ്രവണതകൾക്ക് വെകിടത്തരങ്ങൾ എന്ന വിശേഷണം തീർച്ചയായും ചേരും. കാരണം, വെകിടത്തരങ്ങളുടെ കൂടാരമാണ് വിൻസെസിയോസ്. ഒരു നിയന്ത്രണവും ഇല്ലാത്ത പെരുംതീറ്റക്കാരൻ. ഹോട്ടൽ ഭക്ഷണത്തോടുള്ള ആസക്തിക്ക് അടിമ. രണ്ടു വെട്ടുഗ്ലാസ്സ് നിറയെ ഐസ്ക്രീം ഒരുമിച്ച് കഴിച്ച് മൂക്കടപ്പിനും, തൊണ്ട വേദനയ്ക്കും മരുന്നടിക്കുന്ന ആൾ. ഒരു ദിവസം തന്നെ രണ്ടു തിയ്യേറ്ററുകളിൽ പോയി സിനിമകൾ കാണുന്ന സിനിമാ ഭ്രാന്തൻ. വർഷത്തിൽ ഒരു അപകടമെങ്കിലും ചുരുങ്ങിയത് ഉണ്ടാക്കുന്ന ഡ്രൈവിംഗ് അമിത തല്പരക്കാരൻ. പ്രേംനസീർ സിനിമകളിൽ അടൂർഭാസിയും, ബഹദൂറുമൊക്കെ നായകന്റെ ശിങ്കിടികളായ കഥാപാത്രങ്ങൾ ആയിരുന്നതുപോലെ, എപ്പോഴും തന്റെ കൂടെ ഒന്നോ രണ്ടോ ശിങ്കിടികളെ കൊണ്ടു നടന്ന് പൊള്ളയായ ഹീറോയിസം കാണിച്ചു നടക്കുന്ന പൊങ്ങച്ചക്കാരൻ. ഈ ശിങ്കിടികളെ സിനിമയ്ക്കും, തീറ്റയ്ക്കും, യാത്രയ്ക്കും കൂടെ കൊണ്ടു നടന്ന് വലിയ സാമൂഹ്യ സമ്പർക്കം ഉണ്ടെന്ന് വിചാരിച്ച് ഞെളിയുന്നവൻ. പകൽ മാന്യന്മാരായ അധികാര ഗുണ്ട

കൾക്ക് സ്വ ജീവിതം ദക്ഷിണ കൊടുത്ത്, അവരുടെ സംരക്ഷണ ത്തിന് സ്വയം സമർപ്പിച്ച്, അവരുടെ എല്ലാ തോന്ന്യാസങ്ങൾക്കും കണ്ണടച്ച് കൂട്ടു നിൽക്കുന്ന അപകർഷബോത്തിന്റെ അടിമ. ബഹു മാന യോഗ്യമായ സ്വഭാവശൈലികൾ രൂപപ്പെടുത്തിയെടുക്കുവാൻ ശ്രദ്ധിക്കാതെ ആദരവിനും, അംഗീകാരത്തിനും നെട്ടോട്ടമോടുന്ന വൻ. നാലാൾ ഇരിക്കുന്നിടത്തൊക്കെ പ്രത്യേകിച്ച് ഒരു കാര്യവുമി ല്ലാതെ മുഴുവൻ സമയവും മൊബൈലിലൂടെ സംസാരിച്ച് താൻ എപ്പോഴും വലിയ വലിയ കാര്യങ്ങളെ കുറിച്ചുള്ള തിരക്കിലും സമ്പർക്കത്തിലുമാണ് എന്ന് കാണിച്ചു കൂട്ടി മറ്റുള്ളവരുടെ സ്വൈര്യം കെടുത്തുന്ന സ്വര മലിനീകരണക്കാരൻ. ഒരു ഉദ്യോഗസ്ഥാനം കിട്ടി ക്കഴിഞ്ഞാൽ, ഒരു കുഴപ്പവുമില്ലാതെ സുഗമമായി പോയിക്കൊണ്ടി രിക്കുന്ന എല്ലാ സംവിധാനങ്ങളേയും തച്ചുടയ്ക്കുകയും ഭീമമായ പണം മുടക്കി പഴയതിനെയെല്ലാം പുതിയതാക്കി ചരിത്രം സൃഷ്ടി ക്കുവാൻ വെമ്പൽ കൊള്ളുന്ന വിവരദോഷി. താൻ കണ്ണുവെച്ചി ട്ടുള്ള ആദരണീയ ഉദ്യോഗപദവികൾ കയ്യടക്കുവാൻ, അതിന് കൂട്ടു നിൽക്കും എന്ന് കരുതുന്നവരെ എല്ലാ കുതന്ത്രങ്ങളും മെനഞ്ഞ് അധികാരത്തിലേറ്റുവാൻ രഹസ്യമായി തിരഞ്ഞെടുപ്പ് വിജയത്തി നായി കരുക്കൾ നീക്കി വോട്ടു പിടിക്കുവാൻ ഓടി നടന്ന് ചരടു വലിയ്ക്കുന്ന ചാർവാക സ്വഭാവക്കാരൻ. ആറടിക്കു മുകളിൽ ഉയ രം. നിവർത്തിവെച്ച കാൽകുടയുടെ മുകളിൽ തുണിയിട്ടാൽ കാണുംപോലെ വികൃതമായ കുടവയർ. അതുപോലെ തന്നെ അറപ്പുണ്ടാക്കുന്നതാണ് പൃഷ്ഠഭാഗവും. ശരീരം എല്ലാം കൂടി നൂറ്റിപതിനഞ്ച് കിലോയോളം തൂക്കമുണ്ടാകും. ശരീരത്തിന് ഉത കുന്ന വസ്ത്രം ധരിക്കാത്തതുകൊണ്ട് ബീഭത്സകരമായ കാഴ്ച മറ്റുള്ളവർക്ക് ഉണ്ടാക്കും. കയറ്റത്ത് പെട്ടെന്ന് നിന്നുപോയ ജീപ്പ് വീണ്ടും ചലിപ്പിക്കുവാൻ മാറിമാറി ഗീർ ഇടുമ്പോൾ ഉണ്ടാകുന്നതു പോലെയുള്ള ഒച്ചയോടുകൂടി ചിരിക്കുന്ന അസ്വരൻ. ശരീരഭാഷ കണ്ടാൽ ഒരു അച്ചടക്കവും, ആത്മീയ ഗുണവും ഇല്ലാത്ത ജീവിതശൈലിയിൽ നിന്ന് ഉരുൾതിരിഞ്ഞ വെടക്കായ വെകിടത്ത രങ്ങളുടെയും സ്വഭാവദൂഷ്യങ്ങളുടെയും ഉടമയാണ് വിൻസെൻസി യോസ് എന്ന് ആർക്കും പെട്ടെന്ന് പിടികിട്ടും. ഈനാംപേച്ചിക്ക് മ രപ്പട്ടി കൂട്ടെന്നപോലെ അസൂയയും, പ്രതികാരബുദ്ധിയും, വിവര ക്കേടുകളും നിറഞ്ഞ സ്വഭാവത്തിന്റെ കൂടെ മഠാസുരത്വവും! വലി

യ മനോരോഗത്തിനും, കുറ്റവാളി സ്വഭാവത്തിനും അടിമയായ ഈ പാഴ്മുള ശരീരന് ജനം അറിഞ്ഞു നൽകിയ അപരനാമങ്ങളാണ് 'പെരുംകാലൻ' 'പത്തേമാരി' എന്നിവ.

ഞാൻ വളരെ അടുത്തറിയുന്ന ഈ വികൃത നികൃഷ്ട വ്യക്തിത്വകാരന്റെ വെകിടത്തരങ്ങൾക്ക് ഇരകളാകാൻ വിധിക്കപ്പെട്ടവരെയും എനിക്ക് അടുത്തറിയാം. ഒരിക്കൽ അതിലൊരാൾ എനിക്ക് ഫോണിലൂടെ വിളിച്ച് വലിയ സങ്കടമായി പറഞ്ഞു: "ഞാൻ പലയിടത്തും നിന്നുമായി കൊണ്ടുവന്ന് കവറുകളിൽ പൊടിപ്പിക്കുവാൻ വെച്ചിരുന്ന ഇരുപത്തിമൂന്ന് ചെത്തിച്ചെടികളെ ആ പെരുംകാലൻ തീക്കനലിട്ട് കരിച്ചുകളഞ്ഞു. ഞാൻ ഒരു യാത്ര പോയിരിക്കുകയായിരുന്നു. തിരിച്ചു വന്നപ്പോൾ നല്ലവണ്ണം തളിരുകളോടുകൂടി വേരുപിടിച്ച് വളർന്നു വന്നിരുന്ന എല്ലാ ചെത്തിച്ചെടികളുടെയും കടഭാഗത്ത് കെട്ടുപോയ കറുത്ത കനൽ കഷ്ണങ്ങൾ! ചെത്തിതൈകൾ സമൂലം കരിഞ്ഞുനിൽക്കുന്നു!!" ഞാൻ അദ്ദേഹത്തെ ആശ്വസിപ്പിച്ചു. കൂടെ താക്കീത് നൽകികൊണ്ട് ആ മരാസുര ഭീകര ഭോഷനെ തുടർന്ന് സൂക്ഷിക്കണമെന്ന് അദ്ദേഹത്തോട് പറഞ്ഞു.

സുപ്രസിദ്ധആധുനിക മനഃശാസ്ത്രജ്ഞനായ കാൾയൂങ് പറയുന്നു: "മനുഷ്യന്റെ മനസ്സിനുള്ളിൽ ആനിമ എന്നു പറയുന്ന ഒരു ദൈവീക ഘടകം ഉണ്ട്. അത് വളർത്തിയെടുത്താൽ മനുഷ്യൻ സദാചാരിയാകും. ആനിമയുടെ സാന്നിധ്യം തിരിച്ചറിയാതെ അതിനെ അവഗണിച്ചു നടന്നാൽ മനുഷ്യൻ അധമ വികാരങ്ങൾക്ക് അടിമപ്പെടും." ചെത്തിതൈകളെ തീയിട്ട് കരിച്ചുകളഞ്ഞ വിൻസെസിയോസിൽ ദൈവാംശമായ ആനിമയും കരിഞ്ഞുപോയി കഴിഞ്ഞിരുന്നു എന്ന് സ്പഷ്ടം. നിയന്ത്രണവിധേയമല്ലാത്ത സ്വഭാവ ശൈലികളോടൊപ്പം വിൻസെൻസിയോസിൽ മരാസുരത്വം മദം പൊട്ടുമെന്നതിൽ അത്ഭുതപ്പെടേണ്ടതില്ല!

കുറച്ചുനാൾ കഴിഞ്ഞപ്പോൾ വിൻസെൻസിയോസ് ചെയ്ത മറ്റൊരു നീചമായ മരാസുര സ്വഭാവത്തെക്കുറിച്ചും ഞാൻ അറിഞ്ഞു. ഏകദേശം ഒന്നര ദശകത്തിനപ്പുറം വളർച്ചയുള്ള ഇരുപതോളം ഒരു അപൂർവ്വ ഇനത്തിൽപ്പെട്ട മരങ്ങളെ വിൻസെൻസിയോസ് അധികാര ആധിപത്യത്തിൽ വെട്ടി നശിപ്പിച്ചു കളഞ്ഞിരിക്കുന്നു! ചിലർ വരുമ്പോൾ ചരിത്രം വഴിമാറുന്നു. വിൻസെൻസിയോസിന്റെ മുമ്പിൽ ചരിത്രം പകച്ചു നിന്നു. ഒപ്പം, വിൻസെസിയോസിനെ

ചരിത്രം നീചമായി പുച്ഛിച്ചു. വിൻസെൻസിയോസിനെ പോലെയുള്ളവരുടെ കോപ്രായങ്ങൾക്ക് പിൻതുണയും പ്രോത്സാഹനവും നൽകുന്നവരുടെയും മുമ്പിൽ ആനിമയെ വളർത്തുന്ന സാധന ലക്ഷ്യം വെച്ചവരും പരിഭ്രാന്തരായി പോകുന്നു. ഇരുപതോളം മരങ്ങളെ വർഷങ്ങളോളം പരിപാലിച്ചവരുടെ പരിവേദനങ്ങൾ മരാസുര ഭീകരതയുടെ മുമ്പിൽ കാണാമറയത്തെ വനരോദനങ്ങളായി പരിണമിച്ചു.

വിൻസെൻസിയോസിന്റെ വെകിടത്തരങ്ങളെ വിമർശിച്ചപ്പോൾ വിൻസെൻസിയോസ് തന്റെ വിശ്വരൂപം കാണിച്ചുകൊണ്ട് പുറത്തേക്ക് തുപ്പൽ തെറിപ്പിച്ച് ജൽപന്നം ചെയ്തു: "താൻ വെച്ച മരങ്ങളെ മാത്രമല്ല വെട്ടുക, തന്നെയും തട്ടും. എനിക്ക് നിമിഷനേരം മതി ഇതിനൊക്കെ എന്നു താൻ അറിഞ്ഞിരുന്നോ." തന്നിഷ്ടത്തിനും, സ്വാർത്ഥതയ്ക്കും വേണ്ടി എന്തിനേയും ഏതിനേയും ഉന്മൂലനം ചെയ്യുവാൻ മടിയില്ലാത്ത മരാസുര കോർപ്പറേറ്റ്! വിൻസെൻസിയോസിന്റെ പിതാവിനേക്കാൾ പ്രായമുള്ള ഒരു സാധു മനുഷ്യനോടുള്ള വിൻസെൻസിയോസിന്റെ ധിക്കാര ഗർജ്ജനം കേട്ട് തോട്ടപണിക്ക് നിന്നിരുന്ന പാവം കൂലിക്കാരൻ ജോലി വേണ്ടെന്നുവച്ച് ജീവനുംകൊണ്ട് പടികടന്നു പോയത്രെ! കുലീനനായ ആ കൂലിക്കാരൻ പലരോടും പറഞ്ഞു: "ഈ മരങ്ങളെ വെട്ടി നശിപ്പിച്ച ഇയാൾ, വളരെ വർഷങ്ങളായി ആ മരങ്ങളെ നോക്കിയിരുന്ന ആ പാവം മനുഷ്യനോട് തന്റേടം കാണിച്ച ഇയാൾ, എന്നോട് എന്തും ചെയ്യാൻ മടിക്കില്ല. ഞാൻ പണി നിറുത്തി പോകുന്നു." മുതലാളിയേക്കാൾ മാന്യതയുള്ള പാവം തൊഴിലാളി!

മരാസുരന്മാർ മരങ്ങളെ മാത്രമല്ല നശിപ്പിക്കുന്നത്; മനുഷ്യജീവിതങ്ങളെയും അവർ കശക്കിയെറിയുന്നു. നേർവഴിക്കാരായ മനുഷ്യരുമായി ബന്ധപ്പെട്ട കർമ്മമണ്ഡലങ്ങളിൽ മണ്ഡരിയെപ്പോലെ ജീവരസം ഊറ്റി കുടിച്ച് ജീവിതങ്ങളെ അവർ മുടിപ്പിക്കുന്നു; വിൻസെൻസിയോസിനെ പോലെയുള്ള മരാസുരന്മാരുടെ വിനാശ താണ്ഡവത്തിന്റെ മുമ്പിൽ അധികാര കോമരങ്ങൾ മനഃപൂർവ്വം കണ്ണടച്ച് ധൃതരാഷ്ടർ ചമയുന്നു.

വഴിയരികിൽ തണൽ വൃക്ഷങ്ങൾ വച്ചുപിടിപ്പിക്കുന്ന പാവനമായ സമ്പ്രദായം ഭാരതത്തിൽ ആരംഭിച്ചത് മഹാനായ അശോക ചക്രവർത്തിയാണത്രെ! ബുദ്ധമതം സ്വീകരിച്ച് മഹാ അഹിംസാ

വാദിയായി ജീവിച്ച അശോകന്റെ മുമ്പിൽ ഒരിയ്ക്കൽ പൊതുമരാമത്ത് മന്ത്രി ഒരു ആവശ്യവുമായി വന്നു. വഴി വികസനത്തിനായി അഞ്ച് ആൽമരങ്ങൾ മുറിച്ച് മാറ്റുവാൻ അനുവാദം വേണം. മന്ത്രിയോട് അശോകൻ പറഞ്ഞു: "കണ്ണിന് ഭംഗി കൂട്ടുവാൻ കൃഷ്ണമണിയിൽ കൺമഷി തേക്കുമോ? കൃഷ്ണമണി പോലെ അമൂല്യമാണ് വൃക്ഷങ്ങൾ. അവയെ വെട്ടിമാറ്റാത്ത വഴി വികസനം മതി." വിൻസെൻസിയോസിന് വൈരാഗ്യമുള്ളവർ വഴിയരികിൽ നട്ടു പിടിപ്പിച്ച മരങ്ങളേയും വിൻസെൻസിയോസ് ശിങ്കിടികളെ കൊണ്ട് രാത്രിയിൽ നശിപ്പിച്ചു കളയുന്നു! വ്യക്തി വൈരാഗ്യത്തിനും, താൻ പോരിമയ്ക്കും, എന്തെങ്കിലും പുതിയത് ചെയ്യുന്നു എന്ന് വരുത്തി കൂട്ടുവാനും ഒക്കെ, മറ്റുള്ളവർ കഷ്ടപ്പെട്ട് നട്ടുപിടിപ്പിച്ച് വളർത്തി വലുതാക്കിയ വൃക്ഷങ്ങളെ നശിപ്പിച്ചു കളയുക എന്നത് ദൈവീകാശ കുറവിന്റെ പ്രത്യക്ഷ സാക്ഷ്യങ്ങളാണ്; വിനാശകരമായ അസുരസ്വഭാവവുമായി നെട്ടോട്ടമോടുന്നതിന്റെ നേർകാഴ്ചകളാണ്. വർഷങ്ങളോളം ആർക്കും ഒരു പരാതിയും ഇല്ലാതെ എല്ലാവരുടെയും ശ്രദ്ധയും പ്രശംസയും ആകർഷിച്ചുകൊണ്ട് നിന്നിരുന്ന മരങ്ങളെ വെട്ടി നശിപ്പിച്ചത് നന്മയ്ക്കു വേണ്ടിയല്ല; മറിച്ച്, അവ വെച്ചുപിടിപ്പിച്ചവരോടുള്ള പോക്കിരി മനോഭാവം കൊണ്ടാണ് എന്നുള്ളത് വ്യക്തം. ഇവരെ നിയന്ത്രിക്കാതെ ഇവരുടെ പക്ഷം ചേർന്ന് പിൻതുണയ്ക്കുന്നവരും മരാസുര ഭീകരർ തന്നെ.

ദുര്യോധനനോട് കുന്തിദേവി പറഞ്ഞു: "അഞ്ജനം വെൺവസ്ത്രത്തിലെന്ന പോലെ ആപൽക്കരമായ അസുരഭാവങ്ങൾ നിന്റെ സ്വഭാവത്തിൽ എപ്പോഴും തെളിഞ്ഞുനിൽക്കുന്നു. അത് കുരുവംശത്തിനു മാത്രമല്ല, സകലർക്കും സന്താപ ഹേതുവായി തീരും." അമ്മയായ കുന്തിദേവിയുടെ സൂചനകളുടെ നേർക്ക് ദുര്യോധനൻ ജാഗ്രതയുള്ളവൻ ആകേണ്ടതായിരുന്നു. മരാസുരസ്വഭാവം തങ്ങളിൽ ഉണ്ടെന്നുള്ള തിരിച്ചറിവ് തിരുത്തലിന് സഹായിക്കും. വൃക്ഷങ്ങളോട് കാണിക്കുന്ന ക്രൂരത മനുഷ്യനോടും മരാസുരന്മാർ പ്രകടിപ്പിക്കുന്നു എന്നുള്ളത് പരമാർത്ഥമാണ്. യേശു പറഞ്ഞു: "നിന്നിലുള്ള വെളിച്ചം ഇരുളാകാതിരിക്കുവാൻ സൂക്ഷിച്ചു കൊള്ളുക." തങ്ങളിലുള്ള ദൈവാംശമായ ആനിമയും സംരക്ഷിച്ച് വളർത്തിയെടുക്കാത്തവരാണ് മരാസുര സ്വഭാവക്കാർ. അവരിലൂടെ സന്താപത്തിന്റെ ഇരുൾ പരക്കും.

www.ingramcontent.com/pod-product-compliance
Lightning Source LLC
LaVergne TN
LVHW060415051026
849518LV00007B/2553